ഈശ്വരന്റെ കഷ്ടകാലം

Easwarante Kashtakalam

Essays

Sukumar Azheecode

CHINTHA PUBLISHERS
Thiruvananthapuram

First Chintha Edition
October 2015

Second Edition
December 2018

Second Impression
February 2022

Published & Typesetting
Chintha Publishers, Thiruvananthapuram

Printed at
Repro India Ltd. Mumbai

Cover Design
Vinod Mangoes

ISBN : 978-93-84445-78-2

CR - 1947 / 5850

₹ 140

Email: chinthapublishers@gmail.com
Website: www.chinthapublishers.com

A version is available at National Libraries
Kolkata, Mumbai, Chennai and Delhi

Distribution
DESHABHIMANI BOOKHOUSE
H O Thiruvananthapuram 695035

Branch
Head Office Kunnukuzhi • Statue Thiruvananthapuram
KSRTC Bus Terminal Thampanoor • Saphalyam Complex Thiruvananthapuram
KSRTC Bus Station Alappuzha • KSRTC Bus Station Ernakulam
Machingal Lane Thrissur • IG Road Kozhikode
Mavoor Road Kozhikode • NGO Union Building Kannur
Central Bus Terminal Complex Thavakkara Kannur

ഈശ്വരന്റെ കഷ്ടകാലം

സുകുമാർ അഴീക്കോട്

ചിന്ത പബ്ലിഷേഴ്സ്
തിരുവനന്തപുരം-695 035
വില : ₹ 140

സുകുമാർ അഴീക്കോട് (1926–2012)

കണ്ണൂർ ജില്ലയിലെ അഴീക്കോട് 1926 ൽ ജനിച്ചു. അച്ഛൻ വിദ്വാൻ പനങ്കാവിൽ ദാമോദരൻ. അമ്മ മാധവി യമ്മ. ചിറയ്ക്കൽ രാജാസ് ഹൈസ്കൂൾ വിദ്യാഭ്യാസത്തി നുശേഷം കോട്ടയ്ക്കൽ ആയുർവേദ കോളേജിൽ വൈദ്യ പഠനം, മദ്രാസ് യൂണിവേഴ്സിറ്റിയിൽനിന്ന് ബി കോം, ബിടി, സംസ്കൃതത്തിലും മലയാളത്തിലും ബിരുദാനന്തര ബിരുദം, കേരള യൂണിവേഴ്സിറ്റിയിൽനിന്ന് പി എച്ച് ഡി. പ്രാഥമിക വിദ്യാഭ്യാസത്തിനു തിരിതെളിയിച്ച ചിറയ്ക്കൽ രാജാസ് ഹൈസ്കൂളിൽത്തന്നെ ഔദ്യോഗിക ജീവിതം ആരംഭിച്ചു. മംഗലാപുരം സെന്റ് അലോഷ്യസ് കോളേജ്, സെന്റ് ജോസഫ്സ് കോളേജ് കോഴിക്കോട് എന്നിവിടങ്ങ ളിൽ ലക്ചറർ. മൂത്തകുന്നം എസ് എൻ എം ട്രെയിനിങ് കോളേജിൽ പ്രിൻസിപ്പൽ, കാലിക്കറ്റ് യൂണിവേഴ്സിറ്റി മല യാളവിഭാഗം മേധാവി, പ്രോ–വൈസ് ചാൻസലർ, ആക്ടിങ് വൈസ് ചാൻസലർ എന്നീ നിലകളിൽ സേവനമനുഷ്ഠിച്ചു. *വർത്തമാനം* ദിനപത്രത്തിന്റെ മുഖ്യപത്രാധിപർ. കേന്ദ്ര–കേരള സാഹിത്യ അക്കാദമി അവാർഡുകൾ, വയലാർ അവാർഡ്, വിശ്വദീപം അവാർഡ്, രാജാജി അവാർഡ് തുടങ്ങി നിരവധി പുരസ്കാരങ്ങൾ. *അഴീക്കോടിന്റെ ആത്മ കഥ, ഭാവന എന്ന വിസ്മയം, നവയാത്രകൾ, മലയാള സാഹിത്യ വിമർശനം: ഖണ്ഡനവും മണ്ഡനവും, രമണനും മലയാള കവിതയും, ശങ്കരക്കുറുപ്പ് വിമർശിക്കപ്പെടുന്നു. മല യാള സാഹിത്യ പഠനങ്ങൾ, വിശ്വസാഹിത്യ പഠനങ്ങൾ, തത്ത്വമസി, മഹാത്മാവിന്റെ മാർഗ്ഗം, നീറ്റുന്ന പ്രശ്നങ്ങൾ, നാട് നാറുന്നു* തുടങ്ങി നിരവധി കൃതികൾ. 2012 ജനുവരി 24 ന് അന്തരിച്ചു.

ഉള്ളടക്കം

പ്രസാധകക്കുറിപ്പ് 7

ആദ്യപതിപ്പിന് ഗ്രന്ഥകാരൻ എഴുതിയ മുഖക്കുറിപ്പ് 8

ആമുഖം 10

ഈശ്വരന്റെ കഷ്ടകാലം 13

മതങ്ങൾ പോകുന്ന പോക്ക് 17

ഇടയന്മാർ ഇടയരുതേ! 20

വടക്ക് നടക്കുന്ന കൊടുംപാതകങ്ങൾ 25

'ന സ്ത്രീ സ്വാതന്ത്ര്യമർഹതി' 28

ഖുഷ്ബൂ-ഒന്ന് തിരിഞ്ഞുനോക്കാമോ? 32

കൊല്ലും കൊലയും കലയാക്കുന്നു 36

സേവനമോ കൂലിപ്പണിയോ? 39

വിനോദയാത്രയാണോ ജനസേവനം 42

ഇന്ത്യൻ പൗരത്വത്തിന്റെ വിലയിടിക്കരുത് 46

ഖാദിയെയും കൈവെടിഞ്ഞോ? 50

ഒരു പുതിയ ബ്രഹ്മാസ്ത്രമോ? 54

മൻമോഹൻ സിങ്ങും ഏവരും ചിന്തിക്കാൻ 58

നയതന്ത്രം ആംഗലവാണിയിലൂടെ 63

അണു ചെറുത്, പ്രശ്നങ്ങൾ അതിഭീകരം! 67

ഇനി പാർലമെന്റ് വേണ്ട! 72
പ്രശ്നം ആണവമല്ല വെറും കച്ചവടം 76
ഭോപ്പാൽ എന്ന തമാശ 80
മൗവും മാവോയിസ്റ്റുകളും തമ്മിലെന്ത്? 85
'ചന്തപ്രസംഗ'ത്തെ പുച്ഛിക്കുന്നവർ 89
സാഹിത്യകാരാ, കടാക്ഷിച്ചാലും! 92
എക്സ്പ്രസ് ഹൈവേ വീണ്ടുമോ? 97
മന്ത് അല്ലേ ഭേദം? 101
മാന്യന്മാർക്ക് മാനക്കേടുണ്ടാക്കിയതിന് മാപ്പ്! 109

പ്രസാധകക്കുറിപ്പ്

സ്വന്തം കാലത്തോട് നിരന്തരം സംവാദത്തിൽ ഏർപ്പെട്ടയാളായിരുന്നു സുകുമാർ അഴീക്കോട്. അദ്ദേഹം ജീവിച്ചിരുന്ന കാലത്ത് ആ സിംഹഗർജ്ജനത്തിനായി കേരളം കാതോർത്തു. തികഞ്ഞ ഗാന്ധിയനായി നിന്നുകൊണ്ട് അദ്ദേഹം പ്രശ്നങ്ങളെ ദാർശനികമായും രാഷ്ട്രീയമായും സമീപിച്ചു. ഭാരതീയ ദർശനങ്ങളെ കാവിയുടുപ്പിക്കാൻ ശ്രമങ്ങൾ നടന്നപ്പോൾ സുധീരം ദർശനങ്ങളുടെ പൊരുളിലേക്ക് അദ്ദേഹം ഇറങ്ങിപ്പോയി. *തത്ത്വമസി*പോലുള്ള ഗ്രന്ഥങ്ങൾവഴി അദ്ദേഹം സഞ്ചിത സംസ്കാരത്തിന്റെ പൊതു ഉടമസ്ഥതയെപ്പറ്റി എഴുതി. സാധാരണക്കാർക്ക് മനസ്സിലാകുന്ന രീതിയിൽ ഉപനിഷത് ദർശനങ്ങളെ വ്യാഖ്യാനിച്ചു. അനീതിക്കും അഴിമതിക്കും എതിരെ നിരന്തരം ശബ്ദിച്ചു. ഗാന്ധിയനായി നിലയുറപ്പിച്ച് കമ്യൂണിസ്റ്റുകാരുമായി സഹകരിച്ചു പ്രവർത്തിച്ചു. അഴീക്കോട് മാഷ് പല കാലങ്ങളിലായി പത്രപംക്തികളിൽ എഴുതിയ പ്രസിദ്ധ ലേഖനങ്ങളാണ് *ഈശ്വരന്റെ കഷ്ടകാലം* എന്ന ഈ പുസ്തകത്തിൽ.

ചിന്ത പബ്ലിഷേഴ്സ്

ആദ്യപതിപ്പിന് ഗ്രന്ഥകാരൻ എഴുതിയ മുഖക്കുറിപ്പ്

സ്വർണ്ണപ്പണിക്കാർ ആഭരണങ്ങൾ ഉണ്ടാക്കി ജോലി തീർന്നാൽ, കരിയും ചാരവും മറ്റും നിലത്തു വിരിച്ച് അതിൽനിന്ന് വളരെ ചെറിയ സ്വർണ്ണത്തരികൾ കണ്ടെടുക്കാൻ ശ്രമിക്കാറുണ്ട്. സമഗ്രപഠനങ്ങളും സാഹിത്യ നിരൂപണങ്ങളും എഴുതി പുസ്തകരൂപത്തിൽ പ്രസിദ്ധീകരിച്ചതിനുശേഷം പത്രങ്ങളിലും മറ്റും എഴുതിക്കൂട്ടിയ ലേഖനങ്ങളിൽനിന്ന് വീണ്ടും വായിക്കാൻ പറ്റിയ വല്ലതും കണ്ടുപിടിക്കാൻ കഴിയുമോ എന്ന് ഞാൻ പരിശോധിച്ചു വരികയായിരുന്നു. ഗൗരവപ്പെട്ട കൃതികൾ രചിക്കണമെന്ന ആഗ്രഹമുണ്ടെങ്കിലും ഇപ്പോൾ അതിനു വേണ്ട സമയവും സൗകര്യവും കിട്ടാൻ പ്രയാസം വന്നിരിക്കുന്നു. വർത്തമാനകാലത്തിലെ പ്രശ്നങ്ങളെക്കുറിച്ച് അതതുകാലത്തെഴുതിയ മൂല്യവത്തായ ചില ഉപന്യാസങ്ങൾ കൂട്ടിച്ചേർത്തുണ്ടായതാണ് *ഈശ്വരന്റെ കഷ്ടകാലം* എന്ന ഈ കൃതി.

വർത്തമാനാവസ്ഥയിൽ വളരെ പ്രസക്തിയുള്ളതും ഇനിയും തുടർന്നുകൊണ്ടേയിരിക്കാവുന്ന പ്രവണതയുള്ളതുമായ പ്രമേയങ്ങളാണ് ഈ പ്രബന്ധങ്ങളിൽ ചർച്ച ചെയ്യപ്പെട്ടിരിക്കുന്നത്. അവ പ്രസിദ്ധീകരിച്ച കാലത്തിനുശേഷവും ശ്രദ്ധിക്കപ്പെടേണ്ട ചില മൂല്യങ്ങളും കാര്യങ്ങളും ഇവയിൽ അവതരിപ്പിച്ചതുകൊണ്ടാണ് വീണ്ടും വായിക്കപ്പെടുക എന്ന ഉദ്ദേശ്യത്തോടെ ഈ ലേഖനങ്ങൾ പുസ്തകമായിട്ടു പ്രസിദ്ധീകരിക്കുന്നത്. വർത്തമാനപ്രശ്നങ്ങൾക്കും കാലാന്തരവ്യാപിയായ ഒരു മാനം ഉണ്ടെന്ന് നാം മറന്നുകളയാവുന്നതല്ല. മൂല്യധ്വംസനത്തെ എതിർക്കുന്നത് ഏത് ആദർശവും പോലെ വിലയുള്ള ഒരു മൂല്യമാണ്. ഇതാണ് ഈ പാഠപുസ്തകത്തിന്റെ നീതീകരണം.

എല്ലാ കാലത്തും ജനങ്ങൾ ദൈവവിശ്വാസത്തെ സ്വാർത്ഥത്തി

നുവേണ്ടി ദുരുപയോഗപ്പെടുത്തുന്ന ഒരു സ്വഭാവദൗർബല്യം ഉണ്ട്. ഇക്കാലത്ത് കേരളത്തിൽ അത് എത്രമാത്രം ദുഷിച്ചതും സങ്കുചിതവും ആയിത്തീർന്നിട്ടുണ്ടെന്ന് അടുത്തകാലത്തുണ്ടായ ചില സംഭവങ്ങളെ പരിശോധിച്ചുകൊണ്ട് എഴുതിയ ലേഖനമാണ് *ഈശ്വരന്റെ കഷ്ടകാലം.* ഇതിനോട് ചേർത്തുവായിക്കേണ്ടതാണ് മതത്തിന്റെ ദുർഗ്ഗതിയെപ്പറ്റിയുള്ള ലേഖനങ്ങൾ. പുതിയ ദൃഷ്ടാന്തങ്ങൾ ഉദ്ധരിച്ചുകൊണ്ട് ഇന്ത്യയിലും കേരളത്തിലും രാഷ്ട്രീയപ്രവർത്തനത്തിന് നേരിട്ടുകൊണ്ടിരിക്കുന്ന അധഃപതനത്തെക്കുറിച്ച് എഴുതിയ കുറേ ഉപന്യാസങ്ങൾ ഉണ്ട്. ഭോപ്പാൽദുരന്തം, ആണവക്കരാർ എന്നിവയെക്കുറിച്ചും എഴുതിയിരിക്കുന്നത് ഈ കാഴ്ചപ്പാടിലാണ്. നമ്മുടെ നാട്ടിൽ ആസേതുഹിമാചലം കണ്ടുകൊണ്ടിരിക്കുന്ന പരമക്രൂരതകളെയും അനീതികളെയും വിമർശിക്കുന്നതുപോലെ ഗുണം ചെയ്യുന്ന ഈ സൽകർമ്മം ഇക്കാലത്ത് വേറെയുണ്ടെന്ന് തോന്നുന്നില്ല. ദേഹത്തിൽ ചെളി പറ്റുമെന്ന് കരുതി സമൂഹത്തിലെ വൃത്തികേടുകളെ നേരിട്ട് എതിർക്കാൻ ധീരതയില്ലാത്ത മാന്യരായ എഴുത്തുകാരുടെ കാപട്യത്തെ തുറുന്നുകാണിക്കാനും ഇതിൽ മടിച്ചിട്ടില്ല. പെട്ടെന്ന് ചിലർക്ക് തോന്നിയേക്കാം ഇവയൊക്കെ ക്ഷണികങ്ങളായ പ്രശ്നങ്ങളാണെന്ന്. അല്ലേയല്ല! ഇവയുടെയെല്ലാം ഉള്ളിൽ മനുഷ്യസ്വഭാവത്തിന്റെ ശാശ്വതങ്ങളായ പ്രശ്നങ്ങളാണ് കിടക്കുന്നത്.

ഉണർവ്വോടും സത്യസന്ധതയോടും കൂടി വായിക്കാൻ പറ്റിയവയാണ് ഈ പ്രബന്ധങ്ങൾ എന്നാണ് ലേഖകന്റെ വിശ്വാസം. ഇവ പ്രസിദ്ധീകരിക്കുന്നത് ആ വിശ്വാസത്തിന്റെ അടിസ്ഥാനത്തിലാണ്. ഈ ലേഖനങ്ങളിലേക്ക് ശ്രദ്ധ ചെലുത്തുവാൻ വായനക്കാരെ സ്വാഗതം ചെയ്തുകൊണ്ട് ഈ കുറിപ്പ് നിർത്തുന്നു.

എരവിമംഗലം
12-12-2010

സുകുമാർ അഴീക്കോട്

ആമുഖം

പത്രപംക്തികളിൽ സുകുമാർ അഴീക്കോട് എഴുതിയ 24 ലേഖനങ്ങളുടെ സമാഹാരമാണ് *ഈശ്വരന്റെ കഷ്ടകാലം.* ചില ആനുകാലിക വിഷയങ്ങളോടുള്ള പ്രതികരണമായിട്ടാണ് ഇതിലെ ലേഖനങ്ങൾ എഴുതിയിട്ടുള്ളതെങ്കിലും ഓരോ രചനയിലും അദ്ദേഹം അവതരിപ്പിച്ചിട്ടുള്ള ആശയങ്ങൾ നവീനവും കാലാതീതവുമാണ്. പുതിയ ചിന്തകളുടെ ഒരു സമാഹാരമാണ് ഈ പുസ്തകമെന്ന് പ്രത്യേകിച്ച് പറയേണ്ടതില്ല.

സുകുമാർ അഴീക്കോടിന്റെ ചിന്തകളും ആശയങ്ങളും അവതരിപ്പിക്കുന്നതിനും അദ്ദേഹത്തിന്റെ രചനകൾ പ്രകാശിപ്പിക്കുന്നതിനും വേണ്ടി സ്ഥാപിതമായതാണ് സുകുമാർ അഴീക്കോട് ട്രസ്റ്റ്. 'ഭാരതീയം' എന്ന പേരിൽ പ്രഭാഷണപരമ്പര ട്രസ്റ്റിന്റെ ആഭിമുഖ്യത്തിൽ സുകുമാർ അഴീക്കോട് നടത്തിയിട്ടുണ്ട്. ഈ പരമ്പരയിൽ നടത്തിയ പ്രഭാഷണങ്ങൾ ട്രസ്റ്റ് പുസ്തകരൂപത്തിൽ പ്രസിദ്ധീകരിച്ചിട്ടുണ്ട്. സമകാലിക വിഷയത്തെപ്പറ്റി ചർച്ചചെയ്യാനും പ്രതികരിക്കാനും ട്രസ്റ്റിന്റെ ആഭിമുഖ്യത്തിൽ ഒട്ടേറെ പരിപാടികളും സുകുമാർ അഴീക്കോട് ജീവിച്ചിരുന്നപ്പോൾ നടത്തിയിട്ടുണ്ട്. *ഈശ്വരന്റെ കഷ്ടകാലം* എന്ന ഗ്രന്ഥത്തിന്റെ പുനഃപ്രകാശനവും അത്തരമൊരു ആശയസംവാദത്തിന് കളമൊരുക്കുമെന്ന് ട്രസ്റ്റ് കരുതുന്നു.

സുകുമാർ അഴീക്കോടിന്റെ പ്രഭാഷണങ്ങൾ സമാഹരിച്ച് പുസ്തകരൂപത്തിൽ പ്രസിദ്ധീകരിക്കുക എന്നൊരു ഭാരിച്ച ദൗത്യം ഇപ്പോൾ അഴീക്കോട് ട്രസ്റ്റ് ഏറ്റെടുത്തിട്ടുണ്ട്. അഴീക്കോടിന്റെ പ്രഭാഷണങ്ങൾ വരുംതലമുറയ്ക്ക് പരിചയപ്പെടുത്തുക എന്ന ലക്ഷ്യത്തോടെയാണ് ഈ പദ്ധതി ട്രസ്റ്റ് ഏറ്റെടുത്തിരിക്കുന്നത്. *തത്ത്വ*

*മസി*യുടെ ഇംഗ്ലീഷ് വിവർത്തനം പ്രസിദ്ധീകരിക്കാനും ട്രസ്റ്റ് ശ്രമിക്കുന്നുണ്ട്. ഭാരിച്ച സാമ്പത്തികക്ലേശം മാത്രമല്ല ഇതിലൂടെ ട്രസ്റ്റ് അഭിമുഖീകരിക്കുന്നത്. സുകുമാർ അഴീക്കോട് ഏറ്റെടുത്ത ചില ദൗത്യങ്ങൾ പൂർത്തിയാക്കാൻ അതിനെക്കാൾ വലിയ ക്ലേശങ്ങളാണ് ട്രസ്റ്റ് സ്വീകരിച്ചിരിക്കുന്നത്. അതിന് വായനക്കാരുടെ പിന്തുണ ഞങ്ങൾ അഭ്യർത്ഥിക്കുന്നു.

ജസ്റ്റീസ് കെ ടി തോമസ്
ചെയർമാൻ

ഡോ. പോൾ മണലിൽ
സെക്രട്ടറി

സുകുമാർ അഴീക്കോട് ട്രസ്റ്റ്
കോട്ടയം

ഈശ്വരന്റെ കഷ്ടകാലം

ഈശ്വരന് കഷ്ടകാലം എന്ന് പറയാമോ? കഷ്ടവും നഷ്ടവുമൊക്കെ മനുഷ്യനുവേണ്ടി സൃഷ്ടിക്കപ്പെട്ടവയാണല്ലോ. ദൈവവും അതിനൊക്കെ വിധേയനാണെന്നു വന്നാൽ ആ ദൈവം ദൈവമാണെന്ന് വിശ്വസിക്കാൻ പറ്റുമോ? വായനക്കാരുടെ മനസ്സിൽ ഈ വക ചോദ്യങ്ങൾ ഉയരുന്നുണ്ടാകാം?

എന്റെ ചോദ്യവും ഇതുതന്നെയാണ്. ഇപ്പോഴത്തെ ദൈവഭക്തന്മാരുടെ പ്രകടനങ്ങൾ നിരീക്ഷിച്ചാൽ അവരുടെ ദൈവം ശ്രേഷ്ഠങ്ങളായ മതഗ്രന്ഥങ്ങളിൽ ഋഷിമാരും പ്രവാചകന്മാരും നിർവ്വചിച്ചുകാണുന്നതല്ലെന്ന് വരുന്നുണ്ട്. ദൈവം മനുഷ്യസഹജമായ എല്ലാ വികാരങ്ങളോടുമൊപ്പം മനുഷ്യനേക്കാൾ നിഗ്രഹാനുഗ്രഹശക്തി കൂടുതൽ ഉള്ള ഒരു അമാനുഷശക്തിയാണെന്നാണല്ലോ തോന്നുക. ടി വി ചാനലുകളിലൂടെ പ്രതിദിനം പ്രക്ഷേപണം ചെയ്യപ്പെടുന്ന നാടകം, സിനിമ മുതലായ ദൃശ്യാവിഷ്കാരങ്ങളിൽ സ്ഥിരമായി പ്രത്യക്ഷപ്പെടുന്ന കഥാപാത്രങ്ങളാണ് വിവിധ മതവിശ്വാസികളുടെ ആരാധനാമൂർത്തികളായ പലപല ദൈവങ്ങളും ദൈവതുല്യരായ വ്യക്തികളും. ഒരു യുവതിക്ക് ഇഷ്ടകാമുകനെ ലഭിക്കാൻ പ്രയാസം നേരിടുമ്പോൾ അവൾ ഉടനെ വീട്ടിൽത്തന്നെ പൂജാമുറിയിൽ പ്രതിഷ്ഠിച്ചിരിക്കുന്ന ദേവതകളെയോ, വെളിയിലുള്ള ക്ഷേത്രങ്ങളിലും അമ്പലങ്ങളിലും പള്ളികളിലും ഉള്ള ദൈവങ്ങളെയോ പുണ്യവാളരെയോ തൊഴുത് പ്രാർത്ഥിക്കുന്നു. ഉടനടി, അല്ലെങ്കിൽ വളരെ വൈകാതെ, പെൺകുട്ടിയുടെ ആഗ്രഹം സഫലമാകുന്നു. ഭക്തരുടെ മുന്നിൽ ദൈവബിംബങ്ങളിൽ നിന്നോ ദേവതാരൂപങ്ങളിൽ നിന്നോ വെളിച്ചമോ ശക്തിവിശേഷങ്ങളോ പൊട്ടിപ്പുറപ്പെടുന്നത് ചിത്രീകരിക്കപ്പെട്ടു കാണുന്നു. അരങ്ങിൽ നടമാടുന്ന ഈ ഈശ്വര

വിലാസങ്ങൾ നമ്മുടെ ജനങ്ങളുടെ ജീവിതത്തിൽ പതിവായി നടക്കുന്ന ആരാധനാരീതി തന്നെയായിരിക്കണമല്ലോ. നാം ഹൃദയഭേദകമായി ഒന്ന് കേണുപ്രാർത്ഥിച്ചാൽ തത്സമയം അഭീഷ്ടം സാധിച്ചുകൊടുക്കുന്ന ശക്തിയാണ് ഇവരുടെ ദൈവം. ടി വി പരിപാടികളിൽ കണ്ടുവരുന്ന ഈശ്വരഭക്തിക്കപ്പുറത്തുള്ള ഒരു ദൈവവിശ്വാസി ഇന്ന് നമുക്കില്ല.

പടത്തിൽ കാണുന്നത്ര എളുപ്പത്തിൽ യഥാർത്ഥജീവിതത്തിൽ അഭീഷ്ടം സാധിക്കുമോ? സംശയമാണ്. നമ്മുടെ നാട്ടിൽ അമ്പലങ്ങളിലും പള്ളികളിലും പോകുന്നവരുടെ എണ്ണം കൂടിവരികയാണ്. എങ്ങനെയെങ്കിലും ആഗ്രഹം നിറവേറണം എന്ന് മോഹമുള്ളവർ അവസാന കൈയായി (അല്ല, ആദ്യ കൈയായിട്ടോ?) ദൈവത്തെ പിടികൂടിയിരിക്കുകയാണെന്ന് തോന്നുന്നു. കരഞ്ഞു പ്രാർത്ഥിച്ചാൽ കാര്യം എളുപ്പത്തിൽ നടക്കുമെങ്കിൽ പിന്നെയെന്തിനാണ് മനുഷ്യൻ നല്ലത് പ്രവർത്തിക്കണമെന്നും പ്രയത്നിക്കണമെന്നും മതഗ്രന്ഥങ്ങളിൽ തന്നെ എഴുതിവെച്ചിരിക്കുന്നത്? മനുഷ്യന്റെ വികാരപ്രകടനത്തിന് വഴങ്ങുകയാണോ ഈശ്വരന്റെ സ്വഭാവം? കള്ളന്മാരും പ്രാർത്ഥിക്കുന്നു. അവർക്കും ദൈവം കൂട്ടുനില്ക്കുമോ?

ഗുരുവായൂരപ്പൻ, ശബരിമല അയ്യപ്പൻ, വേളാങ്കണ്ണി മാതാവ് എന്നിവരുടെ സവിധത്തിലാണ് ഭക്തജനങ്ങളുടെ വലിയ തിരക്ക്. ഗുരുവായൂരിൽ തുലാഭാരം കഴിക്കുന്ന ഒരേർപ്പാടുണ്ട്. ദൈവത്തെ എളുപ്പത്തിൽ പാട്ടിലാക്കാൻ പൊന്നും പണവും പഴവും വെണ്ണയും എന്തും തുലാഭാരത്തിന് ഉപയോഗിക്കാം. ക്ഷേത്രം തന്ത്രി എന്തും സ്വീകരിക്കും. സ്വർണ്ണവും ധനവും മറ്റും ഉപയോഗിക്കുന്നത്, വിലകൂടിയ വസ്തുവാണെങ്കിൽ ദൈവം കൂടുതൽ വേഗത്തിൽ പ്രസാദിക്കും എന്ന വിശ്വാസത്തിന്റെ തെളിവാണ്. സാധാരണ മനുഷ്യരെപ്പോലെ വിലപിടിച്ചത് ലഭിക്കുമ്പോൾ എളുപ്പത്തിൽ സന്തുഷ്ടനാകുന്നു ദൈവം എന്നാണ് ഈ കോമഡിയുടെ അർത്ഥം. നമ്മുടെ നാട്ടിൽ അഴിമതി നടത്തുന്ന ഉദ്യോഗസ്ഥന്മാരും രാഷ്ട്രീയ നേതാക്കളും എല്ലാം ഈ ദൈവത്തെപ്പോലെ പൊന്നിനെ കൂടുതൽ ഇഷ്ടപ്പെടുന്നു. ഈ അഴിമതിക്കാരും ദൈവവും തമ്മിൽ എന്താണ് വ്യത്യാസം?

മനുഷ്യൻ ലാഭനഷ്ടങ്ങളിൽ വികാരം കൊള്ളുന്നവനാണെങ്കിൽ ദൈവം അവയിൽ അവികാരിയാണെന്ന് മതാചാര്യന്മാർ ഘോഷിക്കുന്നു. പക്ഷേ, ദേവാലയങ്ങൾ തരുന്ന ചിത്രം, കൂടുതൽ വിലയുള്ളതിന്റെ മുമ്പിൽ ദൈവം കൂടുതൽ വേഗത്തിൽ വീഴുന്നതിന്റേതാണ്. തിരഞ്ഞെടുപ്പിന് ഗുരുവായൂരപ്പനെ കണ്ടു വന്ദിച്ച് വിജയം പ്രാർത്ഥിക്കുന്ന നേതാക്കൾ ഉണ്ട്. ഇവർ എത്രയോ തവണ തോറ്റിട്ടുമുണ്ട്. ഭക്തർ തോല്ക്കാമോ? അതിരിക്കട്ടെ, എതിർസ്ഥാനാർത്ഥിയും അതേ ക്ഷേത്രത്തിൽ അതേ പൂജ നടത്തി അതേ മട്ടിൽ പ്രാർത്ഥിച്ചാൽ ദൈവം ആരെ ജയിപ്പിക്കും? ആരായാലും ഒരാൾ ദൈവം കനിഞ്ഞാലും ഇല്ലെങ്കിലും ജയിക്കണമല്ലോ? ദൈവത്തിന്റെ ഇടപെടൽ അനാവശ്യമാണ് ഒരാൾ

ജയിച്ചു കയറാൻ. രണ്ടുപേരെയും ജയിപ്പിക്കാനും തോല്പിക്കാനും ഒരു ദൈവത്തിന് സാദ്ധ്യമല്ല. വോട്ടറാണ് ഇവിടെ ദൈവം.

ലൗകികമായ അത്യാഗ്രഹങ്ങൾ നേടാൻ ഉദ്യോഗസ്ഥരെയും രാഷ്ട്രീയപ്രവർത്തകരെയും കോഴകൊടുത്ത് സ്വാധീനിക്കുന്ന അതേ അടവാണ് ഭക്തന്മാർ ദൈവത്തിന്റെ നേരെയും കാട്ടുന്നത്. കോഴപ്പണത്തിന് വഴങ്ങി അവിഹിതമായ ആനുകൂല്യം നേടിക്കൊടുക്കുന്ന ജനപ്രതിനിധി അഴിമതി ചെയ്യുന്നു. പിടിക്കപ്പെട്ടാൽ ജയിൽശിക്ഷ അനുഭവിക്കണം.

ഇത്ര അധമമായ കുറ്റം ചെയ്യുന്ന ശക്തിയാണ് ദൈവം എന്ന് ഭക്തന്മാർ വരുത്തിത്തീർക്കുന്നത് ദൈവത്തിന്റെ കഷ്ടകാലമാണെന്ന് നിങ്ങൾക്ക് തോന്നുന്നില്ലേ? സാധാരണമട്ടിലുള്ള അഴിമതി തെറ്റും കുറ്റവും അധർമ്മകർമ്മവുമാണ്. പക്ഷേ, ദൈവത്തിന്റെ പേരിൽ അഴിമതി നടത്തുന്നതിൽ തെറ്റും കുറ്റവും കൊള്ളരുതായ്മയും നാം ആരോപിക്കുന്നില്ല. വമ്പിച്ച തുലാഭാരവും പൂജയും ഹോമവും മറ്റും നടത്തി ദേവാനുകൂല്യം നേടാൻ ശ്രമിക്കുന്നവർ രാഷ്ട്രീയ നേതാക്കളോ സിനിമാതാരങ്ങളോ അതുപോലെ പ്രശസ്തരോ ആണെങ്കിൽ പത്രങ്ങൾ ആ വാർത്തകൾക്ക് വമ്പൻ പ്രാധാന്യം കൊടുത്തുകാണുന്നു. രണ്ടിടത്തും അഴിമതി അഴിമതിയാണ്. പക്ഷേ, മനുഷ്യന്റെ അഴിമതി ചീത്തയും ദൈവത്തിന്റെ സമാനമായ അഴിമതി നല്ലതും ആയിരിക്കുന്നു. അങ്ങനെ കരുതുന്ന മനുഷ്യൻ കള്ളദൈവത്തെ സൃഷ്ടിക്കുന്നു.

ഇതിനിടെ കേരളത്തിലെ പ്രസിദ്ധനായ ഒരു വ്യക്തി ഒരു യോഗത്തിൽ പോയി അമ്മമാരെ സംരക്ഷിക്കേണ്ട ചുമതലയെക്കുറിച്ച് അതിമഹനീയങ്ങളായ കുറെ ആശയങ്ങൾ പറഞ്ഞു. എന്നിട്ട് ഉടനെ പോയത് ഗുരുവായൂരമ്പലത്തിലേക്കാണ്. അവിടെ വെണ്ണയും കദളിപ്പഴവും ഉപയോഗിച്ച് രണ്ടുതുലാഭാരങ്ങൾ വഴിക്കുവഴി നടത്തി. ഒന്നുപോരെന്ന് തോന്നിയതുകൊണ്ടാവാം രണ്ടെണ്ണം നടത്തിയത്. രണ്ടു മതിയെന്ന് അദ്ദേഹത്തിന് വിശ്വാസമുള്ളതുകൊണ്ടാവാം മൂന്നെണ്ണം നടത്താതിരുന്നത്. ക്ഷേത്രത്തിന് വലിയ നഷ്ടമായി മൂന്നെണ്ണം നടത്താതിരുന്നത്. രണ്ടിനും കൂടെതന്നെ പത്തുപതിനെണ്ണായിരം രൂപയായി. കൃഷ്ണൻ തീർച്ചയായും ഇത്രവലിയ ദ്രവ്യത്തിന്റെ മുമ്പിൽ അടിപതറി ഭക്തന് എന്തു വേണമെങ്കിലും ചെയ്തുകൊടുക്കുന്ന പാകത്തിലായിക്കാണണം.

ദൈവത്തെ നാം ദ്രവ്യമോഹിയും വലിപിടിച്ച സാധനങ്ങളിൽ അത്യാർത്തി പൂണ്ടവനും, തന്നെ സമ്പത്തുകൊണ്ട് സ്വാധീനിക്കുന്നവർക്ക് എന്ത് അവിഹിതവും ചെയ്തുകൊടുക്കുന്നവനും (ചെയ്താലും ഇല്ലെങ്കിലും ആ ചീത്തപ്പേര് ഉണ്ടായിക്കഴിഞ്ഞിരിക്കുന്നു) എല്ലാം ആക്കിശരിപ്പെടുത്തിക്കൊണ്ടിരിക്കുകയാണ്. ഗ്രീക്ക് ചിന്തകർ പണ്ടു പറഞ്ഞതുപോലെ, ദൈവത്തെ നാം നമ്മുടെ രൂപത്തിൽ ഉണ്ടാക്കുന്നു. ഇന്ന് നാം അഴിമതിയിൽ വളരെ മുൻപന്തിയിൽ എത്തിയ നാടാണ്. നമ്മുടെ ദൈവത്തെയും അഴിമതിക്കയത്തിൽ മുക്കിയിരിക്കുന്നു.

ദൈവം അനിർവ്വചനീയനും മനുഷ്യന്റെ ഗുണദോഷങ്ങൾക്കപ്പുറത്തുള്ള സത്യവും സമസ്തകാരുണ്യത്തിന്റെ ഇരിപ്പിടവും ആണെന്ന് യഥാർത്ഥമതങ്ങൾ നമ്മെ പഠിപ്പിക്കുമ്പോൾ, നാം ദൈവത്തെ നമുക്ക് മേന്മവരുത്തുവാൻ സഹായിക്കുന്ന ഏജന്റാക്കി നിർത്തിയിരിക്കുകയാണ്. മനുഷ്യരെ വീഴ്ത്താൻ പറ്റിയ എല്ലാ പ്രലോഭനങ്ങളും ദൈവത്തിന്റെ നേരെയും നാം പ്രയോഗിക്കുന്നു.

ഇതിനപ്പുറത്ത് എന്തു കഷ്ടകാലമാണ് ദൈവത്തിന് വന്നുകൂടേണ്ടത്?

ഇങ്ങനെ ദൈവത്തെ ചെയ്യുന്നവർ ഇന്നത്തെ മതനേതാക്കളുടെ ദൃഷ്ടിയിൽ ഈശ്വരവിശ്വാസികളും പാവപ്പെട്ടവരെ സ്നേഹിക്കണം എന്നു പറയുന്നവർ ദേവാലയോപജീവികളല്ലെങ്കിൽ അവിശ്വാസികൾ ആണെന്നും കുറ്റപ്പെടുത്തി, ദൈവനിന്ദകർക്ക് സ്വാഗതം പറയുന്നു.

ടിന്റുമോന്റെ ഒരു നേരമ്പോക്ക് ഇവിടെ ഓർക്കാവുന്നതാണ്. ഒരു സൈക്കിൾ വേണമെന്ന് ടിന്റു യേശുദേവനോട് പലതവണ പ്രാർത്ഥിച്ചു പറഞ്ഞു. സൈക്കിൾ ലഭിച്ചില്ല. നിരാശനായ ചെറുക്കൻ ഒടുവിൽ മേരി മാതാവിന്റെ രൂപം കൈക്കലാക്കിയിട്ട് യേശുദേവനോട് പറഞ്ഞു; "യേശു സൈക്കിൾ വാങ്ങിത്തന്നേയ്ക്കു, താങ്കളുടെ അമ്മ എന്റെ പിടിയിലാണ് ഇപ്പോൾ."

നമ്മുടെ കാര്യം നോക്കുന്ന ജോലിക്കാരനാണ് ദൈവമെങ്കിൽ, കാര്യം നടക്കാതെ വന്നാൽ ഇതുപോലെ പല പ്രതികരണങ്ങളും ദൈവം നേരിടേണ്ടിവരും.

ദൈവത്തോട് സഹതപിക്കുക! ഈ ദൈവത്തെ രക്ഷപ്പെടുത്താൻ ഏതു ദൈവങ്ങളോടാണ് പ്രാർത്ഥിക്കേണ്ടത്?

2010 സെപ്തംബർ

മതങ്ങൾ പോകുന്ന പോക്ക്

"ഇത് ചായയാണെങ്കിൽ എനിക്ക് കാപ്പി മതി. ഇത് കാപ്പിയാണെങ്കിൽ എനിക്ക് ചായ മതി" എന്ന ഒരു തമാശ കേട്ടിട്ടുണ്ട്. അതിസരസവും അർത്ഥപൂർണ്ണവുമായ ഒരു ഫലിതമാണത്. നമ്മൾ പറഞ്ഞു നടക്കുന്നത് പലപ്പോഴും അതാവില്ല, മറ്റൊന്നായിരിക്കും എന്നത് അതിസാമാന്യവും ആളുകൾ ഓർക്കാതെ പോകുന്നതുമായ ഒരു സത്യമാകയാലാണ് അത് കേൾക്കുമ്പോൾ തമാശയായി തോന്നുന്നത്.

ഈ നേരമ്പോക്ക് മനസ്സിലാകുന്നവർക്ക് ഇക്കാലത്ത് മതം, ഈശ്വരൻ തുടങ്ങിയവയെക്കുറിച്ചുള്ള തർക്കങ്ങൾ എളുപ്പത്തിൽ പരിഹരിക്കുവാൻ കഴിയും. ഇന്ന് മതം എന്ന പേരിൽ എന്തെല്ലാം സംഗതികളാണ് പുറത്ത് നടന്നുവരുന്നത്! തന്റെ മതമേ ശരിയുള്ളൂവെന്ന് കരുതി മറ്റുള്ളവരെ സംഹരിക്കുവാൻ ശ്രമിക്കുന്നവർ തങ്ങളാണ് യഥാർത്ഥ വിശ്വാസികൾ എന്ന് അലറിപ്പറയുന്നു. മതത്തിന്റെ ആവേശം മൂത്ത് നഗരങ്ങളിലും ജനമദ്ധ്യത്തിലും വൻ സ്ഫോടനങ്ങൾ നടത്തുന്നു, മറ്റു ചിലർ. മതത്തിന്റെയും ദൈവത്തിന്റെയും പേര് ഉച്ചരിച്ചുകൊണ്ട് ജനായത്ത രാഷ്ട്രീയപ്രവർത്തനം നടത്തുന്ന ചില കക്ഷികൾക്ക് വോട്ടുകൊടുക്കണമെന്ന് മതം കാവൽക്കാർ ആർപ്പുവിളിക്കുന്നു. മഠം, ദേവാലയം, ആശ്രമം എന്നൊക്കെയുള്ള പവിത്രശബ്ദങ്ങളുടെ മറവിൽ ആഡംബരങ്ങളും കൂറ്റൻ പ്രകടനങ്ങളും നടന്നുവരുന്നു.

ഇതെല്ലാം മതമാണെങ്കിൽ, എനിക്ക് ഇത് വേണ്ട എന്നുപറയാൻ ആർക്കും അധികാരമുണ്ട്. ജന്തുക്കളെ കൊന്ന് ബലിയർപ്പിച്ച് യാഗം ചെയ്താൽ സ്വർഗ്ഗം ലഭിക്കുമെങ്കിൽ നരകം ലഭിക്കുന്നത് എങ്ങനെയാണ് എന്ന് പണ്ടേ ചോദ്യം ഉയർന്നിരുന്നു. മതവിശ്വാസം മതവിരുദ്ധവിശ്വാസമായി മാറ്റുന്ന മതാധികാരികളുടെ ചീത്ത നേതൃത്വത്തെ അപഹസി

ക്കുന്നവർ പണ്ടേയുണ്ടായിരുന്നു. അതുപോലെ യഥാർത്ഥമതാനുശാസനങ്ങൾക്കെതിരായി, അന്യമതവിശ്വാസികളെ ഉന്മൂലനം വരുത്തണമെന്ന് കരുതുന്നവർ യഥാർത്ഥമതമാതൃകകൾ ആയി വേഷം മാറിവരുന്ന കാലമാണ് ഇത്. അവരുടെ കൈയിലെ ആയുധമാണ് ഇന്ന് മതം. അവർ പറയുന്നതനുസരിക്കുന്ന വിശ്വാസികൾ നാടും നഗരവും കത്തിച്ച് ചാമ്പലാക്കുവാനോ കൈയും തലയും വെട്ടിമാറ്റാനോ വോട്ട് കൊടുക്കാതെ തിരഞ്ഞെടുപ്പിൽ തോല്പിക്കുവാനോ മടിയുള്ളവരല്ല. ഇങ്ങനെ വിളിച്ചുകൂവാൻ നേതൃത്വം നല്കുന്നവരെ മതാചാര്യന്മാർ, സഭാനേതാക്കൾ, പുരോഹിതന്മാർ എന്നൊക്കെ വിളിച്ചു ബഹുമാനിക്കാനും നമുക്ക് പ്രയാസമേതുമില്ല.

ഇത്തരക്കാരോട് സംഭാഷണം ചെയ്യുന്നത് എപ്പോഴും രസകരമാണ്. മതം മനുഷ്യവധത്തിനും അക്രമത്തിനും ക്രൂരമായ ഹിംസാപ്രവർത്തനങ്ങൾക്കും അനുകൂലമാണോ എന്നു ചോദിച്ചാൽ ഉടനെ അവർ നമ്മോട് ചേർന്ന് സംസാരിക്കും. അവർ അതിനെയെല്ലാം എതിർക്കും: കൊല്ലാനും വെട്ടാനും മർദ്ദിക്കാനും ആഹ്വാനം ചെയ്യുന്നവർ മതങ്ങൾക്ക് എതിരാണെന്നും അവർ പറയുന്നത് യഥാർത്ഥ മതമല്ലെന്നും അവർ സ്വയം പറഞ്ഞ് സമാധാനിപ്പിക്കുന്നു. ചുരുക്കത്തിൽ അക്കൂട്ടരെ ഔദ്യോഗിക മതനേതാക്കൾ, പരസ്യവിചാരണവരുമ്പോൾ, കൈയൊഴിയുന്നത് കാണാം.

എങ്കിൽ ഈ മതനേതാക്കളോട് ഒരു ചോദ്യം കൂടി ചോദിക്കാനുണ്ട്. സത്യമതത്തെ ഉദ്ഘോഷിക്കുന്നവരാണല്ലോ മതനേതാക്കൾ. ഹൈന്ദവ-ക്രൈസ്തവ-മുസ്ലീം മതനേതാക്കളോടെല്ലാമായി ഒരു ചോദ്യം ചോദിച്ചുകൊള്ളട്ടെ: നിങ്ങൾ നിരന്തരമായി പൗരോഹിത്യത്തിന്റെ എല്ലാ ശക്തിയും സ്വാധീനതയും ഉപയോഗിച്ച് സത്യതത്ത്വം പ്രബോധിപ്പിച്ചിട്ടും നിങ്ങളുടെ അനുയായികൾ തീവ്രവാദത്തിന്റെ സൃഷ്ടികളായ അക്രമകർമ്മങ്ങളിലും അന്യമതാനുയായികളുടെ പീഡനത്തിനും മതകലഹങ്ങളിലും എന്നും ഏർപ്പെട്ടുകൊണ്ടിരിക്കുന്നത് എന്തുകൊണ്ടാണ്? നിങ്ങളുടെ ഉപദേശം അനുയായികൾ അനുസരിക്കുന്നില്ല എന്നല്ലേ അതിനർത്ഥം? ലോകം പണ്ടത്തേക്കാൾ ചീത്തയായിരിക്കുന്നുവെന്ന് ഇവർ സർവ്വരും സമ്മതിക്കുന്നു. മതങ്ങൾക്ക് ഇത്രമാത്രം സ്വാധീനശക്തിയും ഇത്രയേറെ അനുയായിവൃന്ദങ്ങളും ഉണ്ടായിട്ടും എന്തുകൊണ്ട് മനുഷ്യൻ കൂടുതൽ ചീത്തയായി വരുന്നു?

മതാധ്യക്ഷന്മാർക്ക് അനുയായികളുടെമേൽ ആധിപത്യമില്ല എന്ന സത്യത്തിലേക്കാണ് ഇതൊക്കെ വിരൽ ചൂണ്ടുന്നത്. അതിനർത്ഥം മതങ്ങൾ മതനേതൃത്വത്തിനർഹതയില്ലാത്തവരുടെ കൈയിൽ പ്പെട്ടിരിക്കുന്നു എന്നല്ലേ? ഇത് പരമാർത്ഥമെങ്കിൽ ജനങ്ങളെ നന്നാക്കുവാനുള്ള ഉത്തരവാദിത്വത്തിൽ നിന്ന് മതമേലദ്ധ്യക്ഷന്മാരെ ഒഴിവാക്കുന്നതായിരിക്കും നല്ലത്. മാത്രമല്ല, തീവ്രവാദികളും മറ്റും ഉണ്ടാകുന്നത് ഇവരുടെ ഉദ്ബോധനത്തിന് എതിരാണെങ്കിൽ, തീവ്രവാദം അവസാനിപ്പിക്കുന്ന

തിനുള്ള ശരിയായ വഴി ഇവർ നടത്തുന്ന ഉദ്ബോധനം നിർത്തുന്നതായിരിക്കും.

മനുഷ്യൻ എന്തുചെയ്യണം? നാരായണഗുരു പറഞ്ഞുതന്നു. “മനുഷ്യൻ നന്നായാൽ മതി.” മനുഷ്യൻ നന്നാകാൻ മതം വേണ്ട; മനുഷ്യൻ നന്നാകാൻ മാതാപിതാക്കളും ഗുരുക്കന്മാരും മതി. നന്നായ മനുഷ്യന്റെ മതം നന്നായിരിക്കും. മതം കൊണ്ടു മാത്രം ആരും നന്നായിട്ടില്ല. അദ്ധ്യാപകൻ, അച്ഛൻ, അമ്മ, സഹോദരങ്ങൾ, സുഹൃത്തുക്കൾ ഇവരുടെ ഇടയിലുള്ള ജീവിതവും പെരുമാറ്റവും കൊണ്ടാണ് നമ്മിൽ സദ്വിചാരങ്ങളും സദ് വികാരങ്ങളും മനുഷ്യസ്നേഹവും പാവങ്ങളോട് കരുണയും എല്ലാം വളർന്നുവരുന്നത്. ഇവ ഹൃദയത്തിൽ അങ്കുരിച്ച് വളരുമ്പോൾ മനുഷ്യൻ നല്ലവനാകുന്നു. ഈ നന്മയുടെ മതമാണ് ശ്രീനാരായണൻ ചൂണ്ടിക്കാട്ടിയ ഏകമതം. ഇത് ലഭിക്കുവാൻ ദേവാലയങ്ങളിൽ പോയി പൂജിക്കേണ്ട, പുരോഹിതന്റെ സഹായം വേണ്ട, ആചാരങ്ങളൊന്നും അനുഷ്ഠിക്കേണ്ട. നല്ല മതത്തിന്റെ പ്രകടനം നല്ലജീവിതത്തിന്റെ ഉദയത്തിലൂടെയാണ്.

മതവിശ്വാസം എന്നുവച്ചാൽ അന്യമതദ്വേഷമാണെന്ന് വളരെ കൗശലത്തോടെ മതപുരോഹിതന്മാർ മതാനുയായികളുടെ ഹൃദയത്തിൽ കുത്തിവെയ്ക്കുന്നു. ഗാന്ധിജി പറഞ്ഞതുപോലെ, “നല്ല ഹിന്ദു നല്ല ക്രിസ്ത്യാനിയും നല്ല മുസ്ലീമും ആണ്, മറിച്ചും ആണ്.” നാം നേരത്തെ ഒരു മതത്തിൽ ചെന്നുവീണുപോകുന്നത് കുടുംബജീവിതത്തിന്റെ യാദൃച്ഛികതമൂലമാണ്. കുട്ടികൾ ചെറുപ്പംതൊട്ടേ വീട്ടിലെ മതമാണ് അറിയുന്നത്, നല്ല മൂല്യങ്ങളോ ആദർശങ്ങളോ അവിടെ അവർ കാണുന്നില്ല. കാണുന്നതെല്ലാം ആചാരങ്ങളാണ്, അമ്പലത്തിൽ പൂജയ്ക്ക് ഇങ്ങനെയെല്ലാം ഒരുക്കണമെന്നും ആഴ്ചയിൽ ഇത്ര ദിവസം പള്ളിയിൽ പോകണമെന്നും ദിവസേന ഇത്ര നിസ്കരിക്കണമെന്നും ഉള്ള അനുഷ്ഠാനരീതികളാണ് കുട്ടി അറിയുന്നത്. മനുഷ്യനാകാനുള്ള അനുഷ്ഠാനങ്ങളിലൂടെയല്ല പോകുന്നത്. ഹിന്ദു അനുഷ്ഠാനം ക്രൈസ്തവ അനുഷ്ഠാനത്തിൽ നിന്ന് ഭിന്നമായി കാണുമ്പോൾ തങ്ങൾ ശത്രുക്കളാണെന്ന് ഇവർ കരുതുന്നു. ആചാരപ്രധാനമായി മതത്തെ അവതരിപ്പിക്കുന്ന പുരോഹിതന്മാരാണ് ഈ ഭീകരതയ്ക്കും കാരണക്കാർ.

മതപുരോഹിതന്മാരുടെ നേതൃത്വത്തിൽ മതവിശ്വാസികൾ പോകുന്ന പോക്ക്, മതകലഹത്തിന്റെ പോർക്കളത്തിലേക്കാണ്.

2010 ആഗസ്ത്

ഇടയന്മാർ ഇടയരുതേ!

മലയാളത്തിൽ ഇപ്പോൾ, ഒന്നുരണ്ടാഴ്ചയായി, എല്ലാത്തരം ലേഖനങ്ങളുടെയും പ്രാധാന്യം കുറഞ്ഞു ഒരുതരം ലേഖനംമാത്രം പത്രങ്ങളിലും ചർച്ചകളിലും പ്രഥമപ്രാധാന്യം നേടിയിരിക്കുകയാണ്. അതാണ് ഇടയലേഖനം. മലയാളി അറിയുന്ന 'ഇടയൻ' തമിഴിൽ നിന്ന് പണ്ടേ വന്നവനാണ്. ആടുമാടുകളെ നോക്കുന്നവനാണ് ഇടയൻ. മനുഷ്യവർഗ്ഗത്തിലെ ആദിമമായ തൊഴിലുകളിൽ ഒന്നാണ് അത്. ലാറ്റിൻഭാഷയിൽ നിന്ന് ആഗമിച്ച 'പാസ്റ്റൊറൽ എപ്പിസിൽ' എന്ന വാക്കാണ് ബൈബിൾ വിവർത്തനത്തിലൂടെ നമുക്ക് ഇടയലേഖനമായി ലഭിച്ചിരിക്കുന്നത്. (Epistle - എന്നു വെച്ചാൽ എഴുത്ത്) 'പാസ്റ്റൊറൽ' എന്നതിന് ഗ്രാമീണം, ആരണ്യകം എന്നാണ് ശബ്ദാഗമമനുസരിച്ചുള്ള അർത്ഥം. പിന്നീട് ക്രൈസ്തവരുടെ ഇടവകയുടെ ഭരണം നടത്തുന്ന വൈദികന് ആ പേര് കിട്ടി.

ഗ്രാമീണം എന്ന അർത്ഥം വന്നത് പാസ്റ്റൊറൽ എന്നതിന് ലാറ്റിൻഭാഷയിൽ ആട്ടിടയൻ എന്നുള്ള അർത്ഥത്തിലൂടെയാണ്. യൂറോപ്പിൽ അജപാലരുടെ ജീവിതത്തിലെ പ്രേമവിഷാദങ്ങളെ ചിത്രീകരിക്കുന്ന ഒരു സാഹിത്യവിഭാഗം തന്നെയുണ്ടായി- പാസ്റ്റൊറൽ കവിത. ഇംഗ്ലീഷിൽ മിൽട്ടൺ, ഷെല്ലി, മാത്യൂ ആർനോൾഡ് തുടങ്ങി വളരെ വമ്പന്മാരായ കവികൾ അജപാലഗാഥകൾ രചിച്ചവരാണ്. മലയാളസാഹിത്യത്തിൽ 'പാസ്റ്റൊറൽ' എന്ന ഇനത്തിൽ ഉൾപ്പെടുത്താവുന്ന ഒരു അനശ്വരകൃതിയുണ്ട്. അതാണ് ചങ്ങമ്പുഴയുടെ *രമണൻ*. രമണനും മദനനുമൊക്കെ ആട്ടിടയന്മാരാണ്. പ്രൊഫ. മുണ്ടശ്ശേരി ഈ കൃതിയെ 'ആരണ്യക വിലാപം' (പാസ്റ്റൊറൽ എലിജി) എന്ന് വിളിച്ചത് ഓർക്കുക. ഇടയലേഖനത്തിലെ ഇടയന്റെ വരവ് ഇങ്ങനെയാണ്. ബൈബിളിൽ

അങ്ങിങ്ങ് യഹോവയെയും ക്രിസ്തുദേവനെയും ആട്ടിടയന്മാരായി പറയുന്നുണ്ട്. അവരിൽ വിശ്വസിക്കുന്ന പാവപ്പെട്ട മനുഷ്യരെ അജഗണം (ആട്ടിൻകൂട്ടം) എന്നും.

ഒന്നാമതായി ഇടയലേഖനം എഴുതിയത്, വളരെക്കാലത്തെ അവിശ്വാസത്തിനുശേഷം ക്രിസ്തുമതം വിശ്വസിച്ച പോൾ (പൗലോസ്) ആണ്. തന്റെ അടുത്ത അനുചരനായ തിമോത്തിക്ക് പോൾ അയച്ച രണ്ട് എഴുത്താണ് ആദ്യത്തെ പാസ്റ്ററൽ എഴുത്തുകൾ എന്ന് പറയപ്പെടുന്നു. ഇതിന്റെ കർത്തൃത്വത്തെപ്പറ്റി തർക്കമില്ലാതില്ല. കത്തോലിക്കാസഭ ഈ കത്തുകൾ എഴുതിയത് പോൾ ആണെന്ന് വിശ്വസിക്കുന്നു. പ്രൊട്ടസ്റ്റന്റ് സഭയ്ക്ക് സംശയമുണ്ട്. പോളിന്റെ ശൈലിയല്ല ഇവയിൽ കാണുന്നതെന്ന വാദം ശാസ്ത്രീയമാണ്. ഈ എഴുത്തുകളുടെ ചുവടുപിടിച്ച് വൈദികർക്ക് സഭാനേതൃത്വത്തിൽ നിന്ന് അയച്ചുകിട്ടുന്ന നിർദ്ദേശങ്ങളും, അതുപോലെ ഇടവകയിലെ അംഗങ്ങൾക്ക് വിശ്വാസം ആചാരം എന്നിവയെപ്പറ്റി സന്ദിഗ്ദ്ധഘട്ടങ്ങളിൽ എഴുതുന്ന കുറിപ്പുകളും ഈ പേരിൽ അറിയപ്പെട്ടു. ഇങ്ങനെ ഇതൊരു പാരമ്പര്യമായിത്തീർന്നു. ഇപ്പോൾ വൈദികലേഖനങ്ങൾ രചിക്കുമ്പോൾ, പൗലോസ് ചൂണ്ടിക്കാണിച്ച അതിരുകൾ ലംഘിക്കാതിരിക്കുക ഇടയന്മാരുടെ കടമയാണ്. ആദ്യത്തെ ഇടയൻ പൗലോസിന് ആധാരമായത് ക്രിസ്തുദേവൻ തന്നെ. യഹോവയെ ഇടയൻ എന്ന് വിളിക്കുന്നത് ജഗന്നിയന്താവ്, ജീവരക്ഷകൻ എന്നെല്ലാമുള്ള ദൈവത്തിന്റെ മഹത്ത്വം ഓർമ്മിച്ചുകൊണ്ടാണ്.

ക്രിസ്തുദേവന് ആട്ടിടയന്മാരുടെ ജീവിതവുമായി അഭേദ്യമായ ബന്ധമുണ്ട്. ജനിച്ചതുതന്നെ കാലിത്തൊഴുത്തിൽ. ആ ദിവ്യജനനത്തിന്റെ ശുഭവാർത്ത ആദ്യമായറിയുന്നത് മാലാഖമാരുടെ മൊഴിയിൽ നിന്ന് ആട്ടിടയന്മാരാണ്. ആട് വളരെ നിരുപദ്രവിയായ ജന്തുവാണ്. (ബുദ്ധദേവൻ ആട്ടിൻകിടാവിനെ കൊല്ലരുത് എന്ന് ബിംബസാര രാജാവിനോട് പറഞ്ഞ്, പകരം സ്വന്തം കഴുത്ത് നീട്ടിക്കൊടുത്ത കഥ ഓർക്കുക.) മഹാകവി കാളിദാസൻ ആട്ടിടയനായിരുന്നു. ആട് മേച്ചു കഴിയുന്നവർ ഏറ്റവും പാവങ്ങളും അധഃകൃതരുമാണ്. ക്രിസ്തുദേവന്റെ പ്രബോധനങ്ങൾ കേട്ടവർ കൂടുതലും ഇത്തരം താണവരാണ്. സ്വത്തെല്ലാം വിറ്റ് പാവങ്ങൾക്ക് വീതിച്ചുകൊടുക്കാൻ ധനികരോട് ആജ്ഞാപിച്ച ക്രിസ്തുഭഗവാന്റെ ഉള്ളിൽ ദൈവം കഴിഞ്ഞാൽ അടുത്ത സ്ഥാനം ഇവർക്കാണ്. ഇവരുടെതാണ് സ്വർഗ്ഗരാജ്യം. ഒട്ടകത്തിന് സൂചിക്കുഴയിലൂടെ കടക്കാനാകുമ്പോഴേ പണക്കാരന് സ്വർഗ്ഗരാജ്യത്തിൽ പ്രവേശിക്കാൻ സാധിക്കുകയുള്ളൂ എന്നൊക്കെ പാവങ്ങളോട് ദയയും ഉച്ചനീചത്വങ്ങൾ ഇല്ലാത്ത സമത്വാവസ്ഥയും എല്ലാം ക്രിസ്തുവചനങ്ങൾക്ക് അന്യമല്ല. സെയിന്റ് പോളിന്റെ എഴുത്തുകളിൽ പരാമർശിക്കപ്പെടുന്ന വിശ്വാസം ഏതാണ്? പള്ളികളിലെ ആചാരാനുഷ്ഠാനങ്ങളും ആരാധനാരീതികളും അവയുടെ പരിഷ്കരണവും ഒന്നുമല്ല. ഈ പാവങ്ങളോടുള്ള സ്നേഹത്തിന്റെ ഉറപ്പാണ്. അതുള്ളവർ ദൈവത്തെ അറിയുന്നു. ആ സ്നേഹമാണ് വിശ്വാസത്തിന്റെ അടിസ്ഥാനം.

അപ്പോസ്തലനായ പോളിന്റെ ഒന്നാമത്തെ എഴുത്തിൽ ധനാഢ്യരുടെ അതിമോഹങ്ങൾക്ക് നിയന്ത്രണം വേണം എന്ന് എടുത്ത് പറയുന്നുണ്ട്. "ഭക്ഷണവും വസ്ത്രവും ഉണ്ടായാൽ നമുക്ക് അതുകൊണ്ട് സംതൃപ്തരാവുക." മനുഷ്യരെ നാശത്തിലും നരകത്തിലും എത്തിക്കുന്നത് പ്രലോഭനങ്ങളുടെ കെണിയിൽ വീണ് മനുഷ്യർ പ്രകടിപ്പിക്കുന്ന സംഹാരാത്മകങ്ങളായ ദുർമോഹങ്ങളാണ് എന്ന് പോൾ ചൂണ്ടിക്കാണിക്കുന്നു. ഇവയെല്ലാം വിട്ട് ധർമ്മം, സ്നേഹം, ക്ഷമ, വിനയം, വിശ്വാസം എന്നിവയ്ക്കുവേണ്ടി പ്രയത്നിക്കാനും യുദ്ധംചെയ്യാനും പോൾ ഉദ്ബോധിപ്പിക്കുന്നു. "നിസ്സാരകാര്യങ്ങൾ പറഞ്ഞ് വെറുതേ തർക്കങ്ങൾ ഉണ്ടാക്കരുത്. എല്ലാ മനുഷ്യർക്കും വേണ്ടി പ്രാർത്ഥിക്കണം," എന്നാണ് ഉപദേശം.

സ്നേഹം തുടങ്ങിയ നന്മകളിൽ ഉള്ള നിഷ്ഠയാണ് വിശ്വാസം. അത് ദൈവത്തിൽ പര്യവസാനിക്കുന്നു എന്നത് ക്രൈസ്തവദൈവശാസ്ത്രപരമായ ഒരു ചിന്തയാണ്. സ്നേഹാദികളിൽ പ്രതിഷ്ഠയുള്ള മനസ്സ് ആർക്കെല്ലാമുണ്ടോ അവരെല്ലാം ക്രിസ്തുമാർഗ്ഗത്തിലൂടെ ചലിക്കുന്നു. അപ്പോസ്തലനായ പോൾ തിമോത്തിക്ക് അയച്ചതുപോലെ ടൈറ്റസ്, ഫിലമോൻ എന്നിവർക്കയച്ച എഴുത്തുകളിലും ഇതേ വികാരം മാറ്റൊലിക്കൊള്ളുന്നു. മേലെ ചൂണ്ടിക്കാട്ടിയ സത്യങ്ങളും തത്ത്വങ്ങളും ആണ് ഇടയലേഖനത്തിന്റെ ചിന്താപരമായ അതിരുകൾ. അവ ലംഘിക്കാൻ പിന്നീട് വന്ന ഒരു വൈദികനേതൃത്വത്തിനും അധികാരമില്ല എന്നാണ് ഞാൻ മനസ്സിലാക്കിയിരുന്നത്. ഈ അതിരുകൾ അതിക്രമിച്ചതുകൊണ്ടാണ് ഈ ജൂലൈ മാസത്തിൽ കേരള കത്തോലിക്ക ബിഷപ്പ് കൗൺസിൽ പുറപ്പെടുവിച്ച ഇടയലേഖനം ക്രൈസ്തവർക്കിടയിലും പുറത്തും വലിയ എതിർപ്പിന്റെ തിരകൾ ഉയർത്തിവിട്ടത്. സ്നേഹത്തിന് പകരം വിദ്വേഷവും വിശ്വാസത്തിനുപകരം തീവ്രമായ പക്ഷപാതവും ദൈവത്തെ പ്രാപിക്കുന്നതിനുപകരം തിരഞ്ഞെടുപ്പിൽ വിജയിക്കുക എന്ന് ഏറ്റവും ലൗകികവും സങ്കുചിതവുമായ ലക്ഷ്യവും അവതരിപ്പിക്കുന്ന ഒരു ഇടയലേഖനം ഇറക്കാൻ അവർക്ക് കഴിഞ്ഞത് ക്രിസ്തുവിന്റെ ദർശനത്തിൽ നിന്നും സെയിന്റ് പോളിന്റെ വാക്കുകളിൽ നിന്നും അവർ അകന്നുപോയതുകൊണ്ടാണ്. അവരുടെ പ്രാർത്ഥന എല്ലാവരെയും ഉൾക്കൊള്ളുന്നില്ല. അവർ പല വിഭാഗങ്ങളെയും ശപിച്ചിരിക്കുന്നു.

കെ സി ബി സി എന്ന മെത്രാൻസംഘത്തിന് ഇങ്ങനെ ചിലരെ ശപിക്കാനും മാറ്റിനിർത്താനും ആരാണ് അധികാരം നല്കിയത്? ക്രിസ്തുദേവനോ അപ്പോസ്തലന്മാരോ ആയിരിക്കാൻ വഴിയില്ല. യഥാർത്ഥ ക്രൈസ്തവന് രണ്ട് തലങ്ങളോട് ഉത്തരവാദിത്വം ഉണ്ട് - തന്റെ വിശ്വാസത്തോടും തന്റെ രാജ്യത്തോടും. "സീസറിനുള്ളത് സീസർക്കും ദൈവത്തിനുള്ളത് ദൈവത്തിനും" എന്ന് വേർതിരിച്ചു പറഞ്ഞത് അതുകൊണ്ടാണ്. സ്വാതന്ത്ര്യം നേടിയ ഇന്ത്യയിൽ 1947 ആഗസ്ത് 15 അർദ്ധരാത്രി മുതൽ 'ഒരു സീസർ' ഉണ്ട്. അതായത് ഇവിടെ

ഒരു ഭരണകൂടമുണ്ട്, അവർക്ക് ഒരു ഭരണഘടനയുണ്ട്. ക്രൈസ്തവർക്ക് *ബൈബിളും* മുസ്ലീങ്ങൾക്ക് *ഖുറാനും* ഹിന്ദുക്കൾക്ക് *ഉപനിഷത്തുകളും* പോലെ, ഭൗതികതലത്തിൽ ഇന്ത്യയിലെ പൗരന്മാർ ചാഞ്ചല്യം കൂടാതെ അനുസരിക്കേണ്ട തത്ത്വനിയമസംഹിതയാണ് അത്. അത് ലംഘിക്കുവാൻ ഇന്ത്യൻ പൗരന്മാർക്ക് അധികാരമില്ല.

ഇടയലേഖനത്തിന്റെ ഉള്ളടക്കം മുഴുവൻ കേരളത്തിലെ ഒരു രാഷ്ട്രീയകക്ഷിക്കെതിരെ ഒരു ചൂണ്ടുവിരൽ പോലെ നീണ്ടുനില്ക്കുന്നു. ദൈവവിശ്വാസം വേണമെന്ന് ഉറപ്പിച്ചതിനുശേഷം ദൈവവിശ്വാസികളല്ലാത്തവർക്കെല്ലാം എതിരായി കേരളത്തിലെ ക്രൈസ്തവസമൂഹം (സീറോമലങ്കരസഭകളിൽപ്പെട്ടത്) നീങ്ങണം എന്നാണ് ലേഖനത്തിന്റെ ആത്യന്തികമായ നിർദ്ദേശം. ഇന്ത്യ പണ്ടുമുതലേ ഭിന്നമതങ്ങളുടെ സംഗമഭൂമിയാണ്. ലോകത്തിലെ രാജാക്കന്മാരിൽ അതിശ്രേഷ്ഠരായി അശോകനും അക്ബറും കണക്കാക്കപ്പെടുന്നതിന് കാരണം അവരുടെ അന്യമതാദരമാണ്. ഇന്ത്യയുടെ ആദ്ധ്യാത്മികസ്രോതസ്സുകളായ *വേദവും ഉപനിഷത്തും ഗീതയും* ഏകസത്യത്തിനു വചനബഹുത്വം ഉണ്ടെന്ന് വിശ്വസിക്കുന്നു. വചനം പലതായി മാറിയതുമൂലം ആവശ്യം പലതായി എന്നു സാരം, ആ ആശയം ഉൾക്കൊള്ളുന്നതാണ് ഭാരതീയസംസ്കാരം. ഇന്ന് കലാപം സൃഷ്ടിക്കുന്ന ഹൈന്ദവ രാഷ്ട്രീയസംഘടനകൾ ഈ ബഹുസംസ്കാര സഹിഷ്ണുത ഉൾക്കൊള്ളാൻ കഴിയാത്തവരാണ്. കേരളത്തിലും ഇന്ത്യയിലും മതത്തിന്റെ പേരുപറഞ്ഞ് അറുകൊല നടത്തുന്നു. യുവാക്കളും ഇക്കാലത്ത് വഴിതെറ്റി അഴിഞ്ഞാടുന്നു.

തിരഞ്ഞെടുപ്പിൽ തങ്ങളുടെ സഭയിൽപ്പെട്ടവർ ഇന്നയാൾക്ക് വോട്ട് കൊടുക്കണമെന്നും കൊടുക്കരുതെന്നും മതമുദ്രവെച്ച് ലേഖനങ്ങൾ എഴുതുമ്പോൾ ഇന്ത്യയുടെ സർവ്വമതമൈത്രി എന്ന ബഹുസ്വരതയുടെ സംസ്കാരമാണ് എതിർക്കപ്പെടുന്നത്. ഭരണഘടനയും ജനപ്രാതിനിധ്യനിയമവും ഒന്നും ഈ ലേഖനത്തിന് പിന്തുണ നല്കില്ല. സഭാമേലദ്ധ്യക്ഷന്മാർ പ്രത്യക്ഷമായ ഭരണഘടനാലംഘനം നടത്തിയിരിക്കുകയാണ്. ഇത് തുറന്നുകാട്ടാൻ സാധാരണ രാഷ്ട്രീയ പ്രതിഷേധങ്ങൾ പോരാ. നിയമതലത്തിൽ വെച്ച് ഇത് തുറന്നു കാണിക്കപ്പെടേണ്ടതാണ്.

ദൈവവിശ്വാസം എന്ന ഉലക്കകൊണ്ട് താഡിക്കുന്നത് പ്രധാനമായും മാർക്സിസ്റ്റ് കക്ഷിയെയും ഇടതുപക്ഷങ്ങളെയുമാണ്. അവർക്ക് ഇന്ത്യയിൽ പ്രവർത്തിക്കുന്നതിന് ഭരണഘടനാപരമായി ഒരു തടസ്സവുമില്ല. അതുകൊണ്ടാണ് അവർ തിരഞ്ഞെടുപ്പിൽ മത്സരിക്കുന്നതും നാട് ഭരിക്കുന്നതും. അത് സഹിക്കാനാവാത്തതുകൊണ്ട് അവരെ തോല്പിക്കാൻ ഇടതിനെതിരായ വലതുപക്ഷങ്ങൾ അന്തിമായുധം പുറത്തെടുത്തതാണോ ഈ ഇടയലേഖനം? തിരഞ്ഞെടുപ്പ് കമ്മീഷന്റെ നിയമപ്പരീക്ഷണങ്ങളെല്ലാം കഴിഞ്ഞതിനുശേഷമേ ഒരു കക്ഷിക്ക് ഇന്നാട്ടിൽ മത്സരരംഗത്ത് കയറിയിരിക്കാൻ അർഹത ലഭിക്കുകയുള്ളൂ. ആ പരീക്ഷണങ്ങളിലൊക്കെ പാസ്സായ ഒരു രാഷ്ട്രീയവിഭാഗത്തെ പുറന്തള്ള

ണമെന്ന് ഒരു മതവിഭാഗത്തിന്റെ കുറേയാളുകൾ പറഞ്ഞാൽ അത് മതേതരരാജ്യത്ത് അംഗീകരിക്കാവുന്ന കാര്യമല്ല. തിരഞ്ഞെടുപ്പ് പുരോഹിതരാൽ നിർവ്വചിക്കപ്പെടുന്ന മതത്തിന്റെ ഇഷ്ടാനിഷ്ടങ്ങൾ വിലസുന്നതിനുള്ള വേദിയാക്കാൻ ഇവിടെ അനുവാദം നിഷേധിക്കേണ്ടതാണ്.

ക്രിസ്തുമതസഭാ നേതാക്കൾ ചെയ്തതുപോലെ ഹിന്ദു-മുസ്ലീം മത നേതൃത്വങ്ങളും തിരഞ്ഞെടുപ്പ് നിർദ്ദേശങ്ങൾ നല്കുന്നത് ഈ ഇടയന്മാർക്ക് ഇഷ്ടമാകുമോ? അവർ ഈ വാദത്തിന്റെ ബലത്തിൽ രാഷ്ട്രീയകക്ഷികളുമായി ഇടയരുത്. ഇത്തരം സംഘർഷത്തെ ഒഴിവാക്കാനാണ് ഇന്ത്യ മതേതരത്വം ദേശീയനയമായി അംഗീകരിച്ചത്. മതമില്ലാത്തവർക്കും ഇവിടെ ഭരണസൃഷ്ടിയിൽ പങ്കുണ്ട്. മതമില്ലാത്തവർക്കും മനുഷ്യദർശനത്തിന്റെ ഒരു മതമുണ്ട്. ഈശ്വരവിശ്വാസമുള്ള പലരും മനുഷ്യദർശനം നഷ്ടപ്പെട്ടവരാണ്. അത്തരക്കാർ നമ്മുടെ ഇടയന്മാർക്ക് അഭിമതരാകാൻ പാടുണ്ടോ?

ദൈവവിശ്വാസികളാണ് ഹിന്ദുക്കളും മുസ്ലീങ്ങളും. അവരുടെ ദൈവസങ്കല്പങ്ങളെ സഭ അംഗീകരിക്കുന്നുണ്ടോ? അത് പ്രയാസമായിരിക്കും. ഹിന്ദുക്കൾക്ക് വോട്ടുകൊടുക്കുക ഈ പശ്ചാത്തലത്തിൽ പ്രയാസമാണ്. ഇങ്ങനെ പോയാൽ ഇവിടെ തിരഞ്ഞെടുപ്പിൽ ജയിക്കുക ഹിന്ദു, മുസ്ലീം, ക്രൈസ്തവ മതസംഘങ്ങളായിരിക്കും. ഈ പരിഹാസ്യത ഇല്ലാതാക്കാനാണ് ഇന്ത്യ മതേതരത്വം അംഗീകരിച്ചത്. ഇതും നഷ്ടമായാൽ ജനാധിപത്യവും തിരഞ്ഞെടുപ്പും എല്ലാം അവസാനിക്കും. ഇടയലേഖനത്തിന്റെ പ്രത്യാഘാതങ്ങൾ ക്രൈസ്തവസമൂഹത്തിൽ ഒതുങ്ങുമെന്ന വൈദികരുടെ 'വിശ്വാസം' അവരെ രക്ഷിക്കുമെന്ന് എനിക്ക് തോന്നുന്നില്ല.

തൊണ്ടയിലൊതുങ്ങാത്തത് സഭാനേതൃത്വം കൊത്തിയെടുക്കാൻ തുനിയരുത്. സമത്വവാദവും മനുഷ്യന്റെ ഐക്യവും അംഗീകരിക്കാൻ പ്രയാസമുള്ള സഭയ്ക്ക് ക്രൈസ്തവം എന്ന വിശേഷണം ചേരുമോ? ബൈബിൾ പണ്ഡിതരായ അവർ വീണ്ടും ഒന്ന് ആലോചിച്ചാൽ കൊള്ളാം. ഭരണഘടനയുടെ 89-ാം വകുപ്പ് സമുദായത്തിൽ സാമ്പത്തികമായ ഉച്ചനീചത്വങ്ങളെ നിലനിർത്തുന്ന ഒരു വ്യവസ്ഥ ഇവിടെ പാടില്ലെന്ന് സന്ദേഹരഹിതമായി പറയുന്നുണ്ട്. സഭ ഭരണഘടനയ്ക്ക് എതിരായും ഇടയലേഖനം ഇറക്കേണ്ടിവരും, ഇക്കണക്കിനു പോയാൽ.

ആ ഘട്ടത്തിൽ സഭയെ ഇന്ത്യയിൽ നിലനിർത്താനാകുമോ? എല്ലാ ക്രൈസ്തവരും ചിന്തിക്കേണ്ടിവരും ഈ വക ഭവിഷ്യത്തുക്കളെപ്പറ്റി. പ്രശ്നം എന്തെന്ന് ബോധപൂർവ്വം മനസ്സിലാക്കിയിട്ടുവേണം സഭയുടെ രാഷ്ട്രീയ പ്രതികരണങ്ങൾ എന്ന് എളിമയോടെ അറിയിച്ചുകൊള്ളുന്നു.

2010 ജൂലൈ

വടക്ക് നടക്കുന്ന കൊടുംപാതകങ്ങൾ

ഞാനിവിടെ ഉദ്ദേശിക്കുന്നത് വായനക്കാർ പെട്ടെന്ന് ഉദ്ദേശിച്ചിരിക്കാൻ ഇടയുള്ള ഒന്നുമല്ല. 'വടക്ക് നടക്കുന്ന കൊടുംപാതകങ്ങൾ' മുംബൈയിലും മറ്റും തീവ്രവാദികൾ ഉണ്ടാക്കിയ സ്ഫോടനപരമ്പരകളോ താലിബാന്റെ മനുഷ്യക്കുരുതികളോ കശ്മീരിലെ വർഗ്ഗീയഭ്രാന്തരുടെ ആക്രമണങ്ങളോ മാവോയിസ്റ്റുകളുടെ കൂട്ടക്കൊലകളോ ഒന്നുമല്ല. നമ്മുടെ പത്രങ്ങൾ കാണേണ്ടതിന്റെ നേരെ കണ്ണ് ഇറുക്കിയടച്ച്, ക്ഷുദ്രസംഭവങ്ങളെ പെരുപ്പിച്ചുകാട്ടുന്ന വാർത്തകളിലെ അട്ടിമറി കാരണം നമ്മുടെ ശ്രദ്ധയിൽ വേണ്ടത്ര പെടാതെപോയ ഒരു ഭയങ്കരമായ നരഹത്യയുടെ ഏറിയേറി വരുന്ന തുടർച്ചയാണ് ഈ ലേഖകൻ ഉന്നമാക്കിയിട്ടുള്ളത്. *ഹിന്ദുപത്രം* ഇതിന്റെ വാർത്തകൾ മൂടിവെയ്ക്കാതെ കൊടുത്തുകൊണ്ടിരിക്കുന്നതുപോലെ, മലയാളത്തിൽ ഒരു പത്രത്തിലും കണ്ടു, ഈ ഉത്തരേന്ത്യൻ കാപാലികതയുടെ കുറെ ക്രൂരകഥകൾ.

ഹരിയാനയാണ് ഈ നരഹത്യകളുടെ കേന്ദ്രം. ഹരിയാന ഇന്ത്യയിലെ ഏറ്റവും സമ്പന്നമായ സംസ്ഥാനങ്ങളിൽ ഒന്നാണ്. പക്ഷേ, നഗരങ്ങളിൽ സമ്പത്തിന്റെ തരംഗങ്ങൾ ഉയരുമ്പോൾ ഗ്രാമങ്ങളിൽ ജാതിയുടെയും ഗോത്രാഹങ്കാരത്തിന്റെയും കിരാതസ്വഭാവം താണ്ഡവമാടുകയാണ്. കൂടുതലും ഭിന്നഗോത്രവിവാഹങ്ങൾക്കെതിരേ 'ഖാവ്' എന്ന പേരിൽ അറിയപ്പെടുന്ന ജാതിപ്പഞ്ചായത്തുകളിലെ മൂഢന്മാർ നിയമം കൈയിലെടുത്ത് പഴയമട്ടിൽ സഗോത്രവിവാഹം നടത്താത്ത പുതിയ തലമുറയിലെ ചെറുപ്പക്കാരെ വധശിക്ഷയ്ക്ക് വിധിച്ച് കൊല്ലുന്ന പരിപാടി നിർബാധം തുടരു കയാണ്.

കുറച്ചുമുമ്പ് ഹരിയാനയിലെ ഒരു ഗ്രാമത്തിൽ ഭിന്നഗോത്രക്കാരായ

മനോജ് എന്നും ബബ്ലി എന്നും പേരുള്ള യുവദമ്പതികളെ ഈ കാട്ടു നീതിയുടെ കോമരങ്ങൾ വധിക്കുകയുണ്ടായി. കർണ്ണാൽ ജില്ലയിലെ സെഷൻസ് കോടതി ഈ ക്രൂരകൃത്യത്തിൽ പങ്കാളികളായ അഞ്ച് ദുഷ്ട ന്മാർക്ക് മരണശിക്ഷ വിധിച്ചു. പഞ്ചായത്തു തലവന് ജീവപര്യന്തവും. അപ്പോഴാണ് ഏതോ ദുരാചാരഗുഹകളിൽ കഴിഞ്ഞുകൂടിയ ഈ അന്ധ പ്പരിഷയ്ക്ക് ബാഹ്യലോകം ഉണ്ടെന്നും അവിടെ വേറെ നിയമമാണെന്നും മനസ്സിലായത്.

പക്ഷേ ഈ കോടതിവിധിക്കുശേഷം ഈ കൊടുംപാതകങ്ങളുടെ എണ്ണം വർദ്ധിച്ചുവരുന്നുവെന്നാണ് റിപ്പോർട്ടുകൾ. സൂര്യന്റെ നേരെ ചാടിയ കുരങ്ങന്മാരെപ്പോലെ ഇവർ ഇന്ത്യയുടെ നിയമങ്ങളെ ചോദ്യം ചെയ്യാനും ലംഘിക്കാനും മടിക്കാതെ മുന്നോട്ടുപോകാൻ നിശ്ചയിച്ചതു പോലുണ്ട്. സാധിക്കുമെങ്കിൽ 1957 ലെ ഹിന്ദുവിവാഹനിയമം തന്നെ മാറ്റു മെന്നാണ് ഈ കൂപജീവികൾ വിശ്വസിക്കുന്നത്. ഇവർക്ക് ഇന്ത്യയുടെ ഭരണഘടന മാറ്റാനും ആഗ്രഹം കണ്ടേക്കും.

ഹരിയാനയിൽ മാത്രമല്ല ജാർഖണ്ഡ്, ബീഹാർ, പഞ്ചാബ്, ഉത്തർപ്ര ദേശ് മുതലായ സംസ്ഥാനങ്ങളിലും ഈ വ്യാധി പകർന്ന് പടർന്നുപിടി ച്ചിട്ടുണ്ടെന്നാണ് അറിയുന്നത്. പൊലീസിന്റെ നിഷ്ക്രിയതയല്ല, ഈ അക്രമത്തോടുള്ള സഹകരണമാണ് ഇവിടങ്ങളിൽ നീതി നടപ്പാ ക്കുന്നതിന് പ്രതിബന്ധമായിട്ടുള്ള വസ്തുത. ഗോത്രനിയമം ലംഘിച്ച് മിശ്രവിവാഹത്തിൽ ഏർപ്പെട്ട ദളിതരുടെ വീടുകൾ, പൊലീസ് നോക്കി നില്ക്കെ ചുട്ടുകരിച്ചിട്ടുണ്ട്. വീടുകളിൽ കയറി, കുറ്റക്കാരെന്ന് ഗോത്ര നേതാക്കൾ കരുതുന്നവരെ പിടിച്ചിറക്കി കൊല്ലുകയാണ് പതിവ്. ഇവ രുടെ നയങ്ങളെ എതിർക്കുന്നവരുടെ നേരെ സമൂഹനിരോധനം നടപ്പാക്കുന്നു–'സോഷ്യൽ ബോയ്കോട്ട്!'

അപമാനകരമായ ഒരു സമാന്തരഭരണം ഇവിടങ്ങളിൽ നടന്നുവരു ന്നു. ഇന്ത്യാഗവൺമെന്റ് ആണവശക്തി വർദ്ധിപ്പിച്ച് ആധുനികശക്തി യായി വളരാൻ തിടുക്കം കൂട്ടുമ്പോഴാണ് നൂറ്റാണ്ടുകളായി ജീർണ്ണിച്ച, സ്വതന്ത്രഭാരതം വലിച്ചെറിഞ്ഞ, മനുഷ്യത്വഹീനമായ പ്രാചീനനിയമ ങ്ങൾ ഉയർത്തിപ്പിടിച്ച് ഹരിയാനയിലും മറ്റും പ്രാകൃതസ്വഭാവക്കാരായ കുറച്ച് മനുഷ്യർ കൊലപാതകങ്ങൾ നടത്തുന്നതിന് നേതൃത്വം കൊടു ക്കുന്നത്. പുരാണപ്രസിദ്ധമായ കുരുക്ഷേത്രവും ചരിത്രപ്രസിദ്ധമായ പാനിപ്പത്തും ഹരിയാനയിലാണ്. എല്ലാ ചരാചരങ്ങളോടും വെറുപ്പി ല്ലാതെ സ്നേഹത്തോടെ കഴിയാൻ മനുഷ്യരെ ഉദ്ബോധിപ്പിച്ച ആ പഴയ കുരുക്ഷേത്രം എവിടെ, ക്ഷുദ്രവ്യവസ്ഥകൾ പ്രകാരം വിവാഹച്ചടങ്ങു കൾ നടന്നില്ലെങ്കിൽ വധൂവരന്മാരെ വധിക്കുക എന്ന് ഘോഷിക്കുന്ന പുതിയ കുരുക്ഷേത്രമെവിടെ?

സംസ്ഥാനഗവൺമെന്റുകളും കേന്ദ്രഗവൺമെന്റും ഇക്കാര്യത്തിൽ വേണ്ടത്ര ഉണർവ് കാട്ടിയിട്ടുണ്ടെന്നു പറഞ്ഞുകൂടാ. ഇന്ത്യയുടെ മനസ്സ് ഇപ്പോഴും അധമമാത്സര്യങ്ങളിൽ നിന്ന് തികച്ചും മുക്തമല്ല. ആണവശ

ക്തിയേക്കാൾ നമ്മുടെ പുരോഗതിക്ക് ആവശ്യം ഇവിടത്തെ ജനങ്ങളുടെ മനസ്സിലെ കാടത്തങ്ങൾ ഇല്ലാതാക്കാൻ വേണ്ട നവീകരണമാണ്.

കേന്ദ്രഭരണത്തെപ്പോലും വെല്ലുവിളിക്കാൻ ഈ ചെറുപഞ്ചായത്തു തലവന്മാർക്ക് ധൈര്യം ഉണ്ടായിരിക്കുന്നു. ഇതിനർത്ഥം നാം നേടിയെന്ന് അഭിമാനിക്കുന്ന ദേശീയോദ്ഗ്രഥനം പകുതിവഴിപോലും എത്തിയിട്ടില്ല എന്നാണ്.

ഖാവ് പഞ്ചായത്തുകളിൽ നടന്നുവരുന്ന നരഹത്യകളെ ഇംഗ്ലീഷിൽ അഭിമാനഹത്യ (honour killing) എന്നും പരാമർശിച്ചുകാണുന്നു. വ്യക്തിയുടെ അഭിമാനമല്ല, ഗോത്രാഭിമാനമോ ജാത്യഭിമാനമോ ആണ്. വ്യക്ത്യഭിമാനംകൊണ്ട് നടക്കുന്ന കൊലപാതകങ്ങൾ പടർന്നു വ്യാപിക്കില്ല. അവനവന്റെ ജന്മപാരമ്പര്യത്തോട് ബന്ധപ്പെട്ട ഗോത്രം, വംശം, ജാതി എന്നിവയോടു സമ്മേളിക്കുമ്പോൾ ആ വികാരത്തിന്റെ തീവ്രത വളരെ ശക്തമായിരിക്കും. അതാണ് ഉത്തരേന്ത്യൻ സംസ്ഥാനങ്ങളിൽ ഇപ്പോൾ വർദ്ധമാനമായ തോതിൽ വ്യാപിച്ചുകാണുന്നത്.

ഗവൺമെന്റിന്റെ നിയമനടപടികളുടെ ശക്തിയുടെ ഹസ്തം എത്തേണ്ടിടത്തൊക്കെ നീണ്ടു ചെല്ലേണ്ടിയിരിക്കുന്നു. ഇത്ര കിരാതസ്വഭാവമുള്ള മനുഷ്യദ്രോഹത്തിന് കൂട്ടുനില്ക്കുന്ന പൊലീസാണ് ഹരിയാനയിലും മറ്റുമുള്ളതെങ്കിൽ ഇന്ത്യൻ പൊലീസിന് ആകമാനം അപമാനകരമാണ് ആ സംസ്ഥാന പൊലീസ് സേന. ഉറങ്ങിത്തീർക്കാവുന്ന ഒരു പ്രശ്നമല്ല ഇത്. ഇത് ഇന്ത്യയുടെ ഉപബോധമനസ്സിന്റെ ആഴങ്ങളിൽ നിന്ന് ഇത്രകാലമായിട്ടും നീക്കാനാവാതെ കൂടിക്കിടക്കുന്ന അഴുക്കിന്റെ വെളിപ്പെടലാണ്.

'ഖാവ്' എവിടെയുമുണ്ട്. കേരളത്തിലും കാണാം. ഇഷ്ടമില്ലാത്ത വിവാഹം നടത്തിയ കുട്ടികളെ പീഡിപ്പിക്കുന്ന അച്ഛനമ്മമാരും ബന്ധുക്കളും കേരളത്തിൽ പല വീടുകളിലും വീറോടുകൂടി വർത്തിക്കുന്നുണ്ട്. നമ്മുടെ ടി വി പരമ്പരകളിൽ പ്രത്യക്ഷപ്പെടുന്ന പെൺകുട്ടികൾ കണ്ണീരുവറ്റാത്തവരായി വിതുമ്പിക്കഴിയുന്നത് ഈ പീഡനം സഹിക്കാനാവാത്ത ജീവിതസന്ദർഭങ്ങളിൽപ്പെട്ട് വീർപ്പുമുട്ടിയിട്ടാണ്.

ഇത്തരം പൈശാചികദ്രോഹങ്ങൾ നടത്തുന്നവരെ നീതിയുടെ മുമ്പിൽ വേഗത്തിൽ എത്തിക്കുന്ന നവനിയമനിർമ്മാണം കൂടെ അനിവാര്യമായ ആവശ്യമാണ്. കോൺഗ്രസ് ഇത്ര ഹൃദയരഹിതമായി പാവങ്ങളോട് പുലർത്തുന്ന മൃദുസമീപനം രാജ്യത്തെ നശിപ്പിക്കുന്ന നയമാണ്. ആഭ്യന്തരമന്ത്രിയുടെ പ്രതിരോധനടപടികളെ ഊർജ്ജിതപ്പെടുത്തേണ്ട എം പിമാർ ഇതുസംബന്ധിച്ച് ഒട്ടും അസഹിഷ്ണുക്കളല്ല. എന്നല്ല നവീൻ ജിൻഡാൽ എന്ന പാർലമെന്റ് അംഗം ഭീകരതയ്ക്കു അനുകൂലമാണത്രെ. ഇവരെയൊക്കെ ജനസമക്ഷം നഗ്നരായി ചിത്രീകരിക്കാൻ തിമിരബാധയേറ്റ നമ്മുടെ പത്രങ്ങൾ ഇന്ന് പ്രാപ്തരല്ല. നന്മയ്ക്കുവേണ്ടി എഴുതാൻ പത്രങ്ങളെ സദാ പ്രേരിപ്പിക്കേണ്ട കടമ നമുക്കുണ്ട്.

2010 മെയ്

‘ന സ്ത്രീ സ്വാതന്ത്ര്യമർഹതി’

മനുസ്മൃതി എന്ന വാക്ക് കേൾക്കാത്ത ഇന്ത്യക്കാരുണ്ടാവില്ല. അതിലെ ഏറ്റവും കുപ്രസിദ്ധമായ ഒരു വരിയാണ് തലക്കെട്ടായി കൊടുത്തിരിക്കുന്നത്. ‘‘സ്ത്രീ സ്വാതന്ത്ര്യം അർഹിക്കുന്നില്ല.’’ *മനുസ്മൃതി*യുടെ കാലത്തെപ്പറ്റി ഉറപ്പിച്ചു പറയുക ദുസ്സാദ്ധ്യമാണെങ്കിലും 2000 കൊല്ലമായി ആ ഗ്രന്ഥം ഇന്ത്യയുടെ സമൂഹചിന്തയെ ആകെ വിഴുങ്ങിയിട്ട് - സ്വാധീനിച്ചിട്ട് എന്നൊന്നും പറഞ്ഞാൽ പറ്റില്ല.

ഇന്ത്യൻ പാർലമെന്റ് ഉണ്ടായിട്ട് അറുപതോളം വർഷമായി. പക്ഷേ *മനുസ്മൃതി*യുടെ നീരാളിപ്പിടിത്തത്തിൽനിന്ന് പൂർണ്ണമായി മോചനം നേടാൻ ഇന്ത്യക്ക് ഇപ്പോഴും സാദ്ധ്യമല്ലെന്ന് ലോകസഭയുടെ ഇക്കഴിഞ്ഞ ബജറ്റ് സമ്മേളനം തെളിയിച്ചിരിക്കുന്നു. നേരത്തെ രാജ്യസഭ സ്ത്രീ സംവരണ ബില്ല് പാസാക്കിയപ്പോൾ എന്ത് ആഹ്ലാദാരവമായിരുന്നു! ആരവം കൂട്ടിയവർക്കറിഞ്ഞുകൂടായിരുന്നു ഇന്ത്യയുടെ മനസ്സിനെ എത്ര ആഴത്തിൽ മനുസ്മൃതി ഗ്രസിച്ചിരിക്കുന്നുവെന്ന്. എന്തിനേറെ പറയുന്നു, തങ്ങളുടെ മനസ്സിൽ ഭരണം നടത്തുന്ന മനുവിന്റെ അപാരശക്തിയെക്കുറിച്ചും അവർ അജ്ഞരാണ്.

ലോകസഭയുടെ ബജറ്റ് സമ്മേളനം രണ്ടാംഘട്ടം ഏപ്രിൽ 15 ന് ആരംഭിച്ചു. അത് അവസാനിക്കുന്നതിനിടയിൽ സ്ത്രീ സംവരണബില്ല് ലോകസഭയിൽ കൊണ്ടുവന്ന് രാജ്യസഭയിലേതുപോലെ, ചുട്ടെടുത്ത് പാത്രത്തിൽ വയ്ക്കാമെന്നാണ് യു പി എ ഗവൺമെന്റിന്റെ ശുഭപ്രതീക്ഷ. പക്ഷേ, ഉടനീളം കല്ലുകടിയാണ്. യാദവത്രയം നയിക്കുന്ന സമാജ്‌വാദിപാർട്ടി (മുലായംസിങ്), ജനതാദൾ യുണൈറ്റഡ് (ശരദ് യാദവ്), രാഷ്ട്രീയ ജനതാദൾ (ലാലു പ്രസാദ്) എന്നിവർ ഇപ്പോഴത്തെ രൂപ

ത്തിൽ ബിൽ അവതരിപ്പിക്കുന്നതിനെ കഠിനമായി എതിർക്കുന്നു. പിന്നോക്ക സമുദായങ്ങളിലെ സ്ത്രീകൾക്ക് ഉപവിഹിതം നീക്കിവയ്ക്കണമെന്നാണ് അവരുടെ കടുത്ത നിലപാട്. കോൺഗ്രസിന്റെ ഒപ്പം നിന്നിരുന്ന തൃണമൂൽ കോൺഗ്രസിന് മുസ്ലീം സ്ത്രീകൾക്ക് ഉപവിഹിതം ഒഴിച്ചുകൂടാതെ വന്നിരിക്കുന്നു. ദാരാസിങ് ചൗഹാന്റെ ബഹുജൻ സമാജ് പാർട്ടി ദളിത് സ്ത്രീകളുടെ വിഹിതത്തിന് വാദിക്കുന്നു.

സുഷമാ സ്വരാജ് പ്രതിപക്ഷനേതൃത്വം വഹിക്കുന്ന ബി ജെ പി ഇക്കൂട്ടരുടെ ഉപവിഹിതബഹളത്തിന് അനുകൂലമല്ല. ഓരോ കക്ഷിയും സ്ഥാനാർത്ഥികളെ നിശ്ചയിക്കുമ്പോൾ മൂന്നിലൊന്ന് സ്ത്രീകൾക്ക് ടിക്കറ്റ് കൊടുക്കണമെന്ന് തിരഞ്ഞെടുപ്പ് കമീഷന്റെ നിർദ്ദേശം ബി ജെ പിക്ക് സമ്മതമാണ്.

ഒരു വിധത്തിലുള്ള വളവും തിരിവും ഇല്ലാതെ ബില്ലിനോട് ആഭിമുഖ്യം പുലർത്തുന്നത് ഇടതുപക്ഷം മാത്രമാണെന്ന് വെളിയിൽ നിന്ന് നിരീക്ഷിക്കുന്നവർക്ക് വ്യക്തമാവും. 14 വർഷം മുമ്പ് തുടങ്ങിയതാണ് സ്ത്രീസംവരണബില്ലിന്റെ പ്രസവവേദന. ബില്ലിന്റെ പ്രസവവേദനയും സ്ത്രീ അനുഭവിക്കണമായിരിക്കും!

കഷ്ടത്തിലായത് കോൺഗ്രസ് അടങ്ങുന്ന യു പി എ ഭരണകൂടമാണ്. അവർക്ക് കക്ഷത്തിൽ രണ്ട് ബില്ല് കുടുങ്ങിക്കിടപ്പുണ്ട്. സ്ത്രീ വിഷയത്തിൽ ഇടംതിരിഞ്ഞ് കളിക്കുന്ന വിവിധകക്ഷികളെ പ്രീതിപ്പെടുത്തിയില്ലെങ്കിൽ അവ തുലഞ്ഞുപോകും. അങ്ങനെ തുലയാൻ പാടില്ലാത്തവയാണ് ആ പുതുനിയമങ്ങൾ - ഒന്നാമത്തേത് ഫിനാൻസ് ബിൽ. രണ്ട്, സിവിൽ ന്യൂക്ലിയർ ലയബിലിറ്റി ബിൽ. സ്ത്രീ സംവരണ നിയമത്തിന്റെ പേരിൽ ഇവ പാസാക്കിയെടുക്കാൻ വേണ്ട അഭിപ്രായൈക്യത്തിന് വിള്ളൽ വരുത്താൻ കോൺഗ്രസും മറ്റും ആഗ്രഹിക്കുന്നില്ല.

ഏപ്രിൽ അഞ്ചിന് ലോകസഭയിലെ ഭിന്നകക്ഷികൾ എല്ലാം കൂടെ പ്രണബ് മുഖർജിയുടെ ക്ഷണമനുസരിച്ച്, സ്ത്രീസംവരണ ബില്ലിൽ ഏകകണ്ഠത വരുത്താൻ സമ്മേളിച്ചിരിക്കുന്നു. സമ്മേളിച്ചതുപോലെ പിരിഞ്ഞു. പാർലമെന്ററികാര്യ മന്ത്രി പവൻകുമാർ ബൻസാൽ സമ്മേളനാനന്തരം ഇറക്കിയ ഒരു കുറിപ്പിൽ ഇതാണ് പറഞ്ഞത്: ''ചർച്ചകൾ ഇനിയും തുടരും'' എന്ന്. എന്തിന് എന്നൊന്നും പറഞ്ഞില്ല. രണ്ടരമണിക്കൂർ കക്ഷിനേതാക്കൾ തുറന്ന് ചർച്ച ചെയ്തതിനുശേഷമുള്ള മൂകാവസ്ഥയാണ് ഇത്. സമ്മേളനം വിളിച്ചുകൂട്ടിയ പ്രണബ് മുഖർജി പിന്നീട് ഒരക്ഷരം ഉരിയാടിയില്ല. എല്ലാവരും തങ്ങളുടെ മൗനഗുഹകളിൽ കയറിക്കൂടിയിരിക്കുന്നു.

ഇടതുപക്ഷം ഒഴികെ ഒരു കക്ഷിക്കും സംവരണനിയമം പാസാക്കപ്പെടുന്നതിൽ ആന്തരസംതൃപ്തിയുണ്ടെന്നു പറഞ്ഞുകൂടാ. കോൺഗ്രസിൽതന്നെ സോണിയയുടെ സാന്നിദ്ധ്യമാണ് ബില്ലിന്റെ നട്ടെല്ല് എന്ന് പറയുന്നു. പുരുഷ പ്രതിനിധികളെ തനിയെ വിട്ടാൽ എത്ര

പേർ ഇതിനെ അനുകൂലിക്കുമെന്ന് പറയാനാവില്ല. മറ്റ് പാർട്ടികളിലുള്ള പുരുഷന്മാരെല്ലാം ഉള്ളിൽ പുരുഷമേധാവിത്വത്തിന്റെ മൂർത്തികളാണ്. കൂട്ടമായി ഈ പെണ്ണുങ്ങൾ വന്ന് പാർലമെന്റ് തൊട്ട് പഞ്ചായത്തുവരെ മൂന്നിലൊന്ന് സീറ്റ് കൊണ്ടുപോകുന്നത് മനസ്സമാധാനത്തോടെ കാണാൻ മിക്ക കക്ഷികളിലെയും ആൺകോലങ്ങൾക്ക് സഹിക്കാനാവാത്ത സംഗതിയാണ്. പക്ഷേ, ഇത് ആരും പച്ചയ്ക്ക് സമ്മതിക്കില്ല. ജനബോദ്ധ്യത്തിനായി ഇവരെല്ലാം പറയുക, "തത്വത്തിൽ ഞങ്ങൾ എല്ലാവരും നിയമത്തിന് അനുകൂലമാണ്" എന്നാണ്. സാമാന്യതത്ത്വം സർവ്വരാലും അംഗീകരിക്കപ്പെടുന്നു. പക്ഷേ, ഈ അംഗീകാരം പോരല്ലോ ബിൽ പാസാവാൻ. മിക്കഭാഗങ്ങളിലും അംഗീകാരം വേണം. അവിടെയാണ് കുരുക്ക്. പൊതുവിൽ അംഗീകാരം ലഭിക്കാൻ ഇടയില്ലാത്ത ചില പ്രത്യേക വകുപ്പുകൾ ഓരോ കക്ഷിയും ഉയർത്തിക്കൊണ്ടുവന്നു. അക്കൂട്ടത്തിൽ പെടുന്നതാണ് യാദവന്മാരുടെ പിന്നോക്ക സ്ത്രീകൾക്കുവേണ്ട 'സബ് - ക്വോട്ടാ' (ഉപവിഹിതം) വാദം. അതു വരുമ്പോൾ ബി ജെ പി ഇടയും. ബി ജെ പിയെ പാട്ടിലാക്കിവരുമ്പോൾ മറ്റുള്ളവർ പിണങ്ങും. 'ചാണ്ടി മുറുകുമ്പോൾ തൊമ്മൻ അയയും' എന്നോ മറ്റോ ഒരു നാടൻ പ്രയോഗം കേട്ടിട്ടില്ലേ? അതുപോലെ കുരങ്ങ് കളിക്കുകയാണ് സംവരണബില്ലിനെച്ചൊല്ലി നമ്മുടെ വിവിധകക്ഷികൾ. എല്ലാവരും ജനാധിപത്യങ്ങളിൽ!

ഈ തർക്കം മൂത്തുവരുമ്പോൾ ബില്ല് പാസാവുന്ന സ്ഥിതി ഒരിക്കലും ഉണ്ടാവില്ല. മിക്ക പുരുഷാംഗങ്ങളുടെയും ഉള്ളിൽ മനു പ്രതികാരവാഞ്ഛയോടെ വാഴുന്നു. ആ ഭീകരന്റെ തൊണ്ടയനക്കമനുസരിച്ചു മാത്രമേ ഇവർ ചുണ്ടനക്കുകയുള്ളു. തങ്ങളുടെ രാഷ്ട്രീയദൗർബല്യത്തെപ്പറ്റി നല്ല ധാരണയുള്ള കോൺഗ്രസിന്റെ നേതൃത്വത്തിലുള്ള യു പി എ ഗവൺമെന്റ് ഇന്നത്തെ ചുറ്റുപാടിൽ വനിതാസംവരണനിയമം കൊണ്ടുവരാൻ ധൈര്യപ്പെടുമോ എന്നതാണ് ചോദ്യമായ ചോദ്യം. എന്തായാലും ഇവരുടെ ചാഞ്ചല്യം ജനാധിപത്യത്തെ ദുർബ്ബലയാക്കുന്നു എന്ന സത്യം ചിന്താവിഷയമാക്കാനാണ് ഇതെഴുതുന്നതും. ഫിനാൻസ് ബില്ലിനെക്കാൾ പ്രധാനമാണ് സ്ത്രീസംവരണ ബിൽ എന്ന് പെട്ടെന്ന് തീരുമാനിക്കാൻ പറ്റില്ല. സൈനികാവശ്യത്തിനല്ലാതെ ആണവ സാദ്ധ്യതയുടെ ബില്ല് പ്രധാനമല്ലെന്ന് ചില കക്ഷികൾക്ക് അഭിപ്രായമുണ്ട്. പക്ഷേ, യു പി എ ഗവൺമെന്റ് ആ നിലപാട് ഇന്നത്തെ സാഹചര്യത്തിൽ, എടുക്കാൻ ഇടയില്ല.

സാരം വളരെ സൂക്ഷ്മം. ഈ വരുന്ന സെഷനിൽ വനിതാ ബിൽ അവതരിപ്പിക്കപ്പെടാൻ നേരിയ ശതമാനം അവസരംപോലും ഉണ്ടെന്ന് പറഞ്ഞുകൂടാ. വേറെ കടുത്ത സ്ഫോടനങ്ങൾ ഉണ്ടായേക്കാം. യു പി എ ഭരണത്തിന് എന്ത് സംഭവിക്കുമെന്ന് പ്രവചിക്കാൻ പറ്റില്ല. ഇതൊക്കെ മുന്നിൽ കണ്ടുകൊണ്ട് വനിതാബില്ല് പാസ്സാക്കാൻ ഇന്നത്തെ ഗവൺമെന്റ് മുൻകൈ എടുക്കാൻ പോകുന്നില്ല.

എന്നെങ്കിലും ഈ വനിതാ പ്രശ്നം പരിഹരിക്കേണ്ടേ? അതെന്നാണ് സാധിച്ചെടുക്കുക? പാർലമെന്റിലുള്ള വനിതാ പ്രതിനിധികൾ മാത്രമല്ല, ഇന്ത്യയിലെമ്പാടുമുള്ള വിവിധ രംഗങ്ങളിൽ പ്രശസ്തരായ പുരുഷ സ്ത്രീ നേതൃത്വങ്ങൾ പാർലമെന്റിലെ പുരുഷ പ്രതിനിധികളെ ഗ്രൂപ്പുകളായി കണ്ട് ചർച്ചചെയ്ത് പുരുഷന്മാരുടെ ഉപബോധമനസ്സിലെ എതിർപ്പിനെ ഇല്ലാതാക്കാൻ പ്ലാനിട്ടുകൊണ്ട് പ്രവർത്തിക്കേണ്ടിയിരിക്കുന്നു. ഇത് പാർലമെന്റിന് വെളിയിലും ചിന്തിക്കപ്പെടേണ്ട വലിയൊരു പ്രശ്നമാണ്. ജനാധിപത്യത്തിന്റെ പൂർണ്ണഭാവത്തിലെത്താൻ ഭരണത്തിൽ സ്ത്രീകൾക്ക് മാന്യമായ സ്ഥാനം അനുവദിക്കപ്പെടേണ്ടതാണ്. പുരുഷന്മാർ ഇപ്പോൾ 'തുപ്പുവാനരുത്, ഇറക്കുവാൻ പണി' എന്ന മട്ടിലാണ് ബില്ലിനോട് പ്രതികരിക്കുന്നത്. സ്ത്രീശാക്തീകരണം എന്നൊക്കെ പ്രസംഗധോരണി നടത്തുന്ന വീരപുരുഷന്മാർ ബില്ല് പാസ്സാക്കേണ്ട ഘട്ടം വരുമ്പോൾ പിന്തിരിയുന്നു. സ്ത്രീയുടെ പ്രശ്നം ജനാധിപത്യത്തിന്റെ കാതലാകയാൽ അത് തുപ്പിക്കളയാൻ പറ്റില്ല. എന്നാൽ, തങ്ങളുടെ പൂജ്യസ്ഥാനം പെണ്ണുങ്ങൾക്ക് തീറെഴുതിക്കൊടുക്കാൻ മനസ്സ് സമ്മതിക്കുന്നില്ല. 'ഇറക്കുവാൻ പണി'. എന്തു ചെയ്യും?

വിഷം കലർത്തിയ നിവേദ്യം അമ്പലത്തിൽ നിന്ന് കിട്ടിയതാകയാൽ കഴിക്കണമെന്നുണ്ടെങ്കിലും കല്ല്മൂലം ഇറക്കാനാവാതെ വിഷമിച്ച തിരുവിതാംകൂർ രാജാവ് അവസാനം വിഷം ഉള്ളിൽച്ചെന്ന് മരണമടഞ്ഞു.

അതുപോലെ സ്ത്രീസംവരണം പാർലമെന്റിന്റെ തൊണ്ടയിൽ കുടുങ്ങി നശിക്കുമോ!

''ന സ്ത്രീ സ്വാതന്ത്ര്യമർഹതി'' എന്ന *മനുസ്മൃതി* വാക്യം എതിരില്ലാതെ വിജയപതാക പറപ്പിക്കുന്നു. എത്രകാലം?

2010 ഏപ്രിൽ

ഖുഷ്ബൂ-ഒന്ന് തിരിഞ്ഞുനോക്കാമോ?

ഖുഷ്ബൂ? എന്താണത്? അത് ഒരു യുവതിയുടെ പേരാണെന്നുപോലും മിക്കവരും ഇപ്പോൾ മറന്നുകാണും. പത്രങ്ങളിൽ അത്രകൂടുതൽ കാണാത്തതുകൊണ്ട്. കസബ് എന്ന പേർ അവർക്കോർമ്മയുണ്ടാകാം. അത് തെറ്റിപ്പറഞ്ഞതാകും ഖുഷ്ബൂ! ബോംബ് സ്ഫോടനക്കേസിൽ അഞ്ചു മരണവിധിയും ഒന്നിച്ചുനേടി പ്രശസ്തനായ (ഗിന്നസ് ബുക്കിൽ പേരു വരുമോ എന്നറിയില്ല) തീവ്രവാദിയുടെ പേര് ഇപ്പോഴും ചൂടാറാതെ നില്ക്കുന്നു.

കസബിന്റെ പേരിന്റെ ചൂടില്ലെങ്കിലും ഖുഷ്ബൂ എന്ന പേരിനും ചൂടുണ്ടായിരുന്നു. 2010 ഏപ്രിൽ 30 ന്റെ പത്രങ്ങളിൽ ഖുഷ്ബൂവിന്റെ പേരിലുണ്ടായിരുന്ന ഒരു മാനനഷ്ടക്കേസ് തള്ളിക്കൊണ്ട്, സുപ്രീം കോടതി ചീഫ് ജസ്റ്റിസ് കെ ജി ബാലകൃഷ്ണൻ അടങ്ങുന്ന ഒരു ബഞ്ച്, പുറപ്പെടുവിച്ച വിധി വളരെ പ്രാധാന്യത്തോടെ പത്രങ്ങളിൽ വന്നിരുന്നു. പിന്നെ രണ്ടു മൂന്നു ദിവസം ആ വിധിയുടെ പ്രാധാന്യത്തെയും ന്യായാന്യായങ്ങളെയും പര്യാലോചിക്കുന്ന ചില ചർച്ചകൾ ഉണ്ടായതും ഓർക്കുന്നു. പിന്നെ, കസബ് വന്നു, ഖുഷ്ബൂ ഓർമ്മ പോലുമല്ലാതായി, പത്രങ്ങൾ നമ്മുടെ ഓർമ്മയെയാണ് പന്തുരുട്ടി കളിക്കുന്നത്.

ഇന്ത്യക്കാരായ സാധാരണജനങ്ങളെ സംബന്ധിക്കുന്ന അതിപ്രധാനമായൊരു പൗരാവകാശത്തിന്റെ പ്രശ്നമാണ് ഖുഷ്ബൂക്കേസിന്റെ ഉള്ളടക്കം. പ്രായപൂർത്തിയെത്തി സ്ത്രീപുരുഷന്മാർ വിവാഹിതരാകാതെ തന്നെ, ഒന്നിച്ചു ജീവിക്കുന്നതിനെപ്പറ്റി അനുകൂലമായ ഒരഭിപ്രായം പറഞ്ഞുവെന്ന് ആരോപിച്ചാണ് ആ ചലച്ചിത്രനടിയുടെ പേരിൽ തമിഴ്നാട്ടിലെ വിവിധകോടതികളിൽ ഇരുപത്തിമൂന്ന് (എണ്ണം തെറ്റിയെഴുതിയതല്ല) മാനനഷ്ടക്കേസ്സുകൾ ഫയൽ ചെയ്തത്.

എപ്പോഴാണ് ഇത് നടന്നതെന്നോ? 2005 സെപ്തംബറിൽ. അവയെല്ലാം തങ്ങളുടെ മുന്നിലെത്തിയപ്പോൾ, ഒരൊറ്റ പരിശോധനയ്ക്കായുള്ള മദിരാശി ഹൈക്കോടതി തീരുമാനം വന്നു. സുപ്രീം കോടതി 2008 മേയിൽ ഈ നടപടി തടഞ്ഞുവച്ചു. ആ കേസിന്റെ വിചാരണയിലാണ് ഇപ്പോൾ ശല്യക്കെട്ടുകളെല്ലാം സുപ്രീം കോടതി വലിച്ചെറിഞ്ഞത്.

വിവാഹപൂർവ്വബന്ധത്തെപ്പറ്റി ഖുഷ്ബൂ സ്വതന്ത്രവും ധീരവുമായ അഭിപ്രായം പറഞ്ഞതിനു അവരെ ദ്രോഹിക്കുന്ന നടപടികൾ ഉണ്ടായതിൽ പ്രതിഷേധിച്ചും ഖുഷ്ബൂവിന് അനുകൂലമായും സ്വാഭിപ്രായം പുറപ്പെടുവിച്ച മറ്റൊരു നടിയായ സുഹാസിനി മണിരത്നവും ക്രിമിനൽ നടപടികൾക്ക് ഇരയായി ബുദ്ധിമുട്ടുകയായിരുന്നു. മേല്പറഞ്ഞ സുപ്രീം കോടതിവിധി വന്നതോടെ നിലനില്പില്ലാതായ ഈ കേസും മദിരാശി ഹൈക്കോടതി രണ്ടു ദിവസം കഴിഞ്ഞപ്പോൾ തള്ളിക്കളഞ്ഞു.

മലയാളപത്രത്തിൽ ഇതിലെ നിയമപരമായ പ്രശ്നങ്ങളെപ്പറ്റി കാര്യമായ ചർച്ചകളൊന്നുമുണ്ടായില്ല. അവരുടെ വിസ്തരിച്ച ചർച്ചകളെല്ലാം ഇടതുപക്ഷ യോഗം നടക്കുമ്പോൾ മേശയുടെ അടിയിലൂടെ ഓടിയത് മൂഷികനാണോ മാർജ്ജാരനാണോ എന്നും കേരള കോൺഗ്രസ് ലയനത്തെപ്പറ്റി അഭിപ്രായം പറയാത്തവരെക്കൊണ്ടെല്ലാം അഭിപ്രായം പറയിക്കുക എന്നും മറ്റുമാണല്ലോ? അതുകൊണ്ട് ഇവിടെ ആ നടിയെ വല്ലവരും ഓർക്കുന്നുണ്ടെങ്കിൽ, വിവാഹം കഴിക്കാത്ത പ്രായപൂർത്തിയായവരുടെ അവിഹിതബന്ധങ്ങൾക്ക് അനുകൂലമായി അഭിപ്രായം പറഞ്ഞ്, അതിന് അത്യുന്നത നീതിപീഠത്തിന്റെ അനുമതിനേടിയ ഒരു ധീരനാരി എന്ന നിലയ്ക്കാണ്.

അവർ എന്താണ് പറഞ്ഞത് എന്ന് നമ്മുടെ വായനക്കാരെ ധരിപ്പിക്കുകയാണ് ഈ പ്രബന്ധത്തിന്റെ ഉദ്ദേശ്യം. പത്രങ്ങളും മറ്റും സൃഷ്ടിക്കുന്ന കളവുകൾ നിറയ്ക്കാനുള്ള ചവറ്റുകുട്ടയല്ലല്ലോ വായനക്കാരുടെ മനസ്സ്.

ഇന്ത്യാ ടുഡേ 2005 സെപ്തംബറിൽ വിവാഹത്തിനു മുമ്പുള്ള ലൈംഗികബന്ധത്തെപ്പറ്റി പലരുടെയും അഭിപ്രായം ശേഖരിച്ച് പ്രസിദ്ധീകരിച്ചിരുന്നു. അതിനുള്ള പ്രതികരണത്തിലാണ് വിവാദപ്രസ്താവനയായ അഭിപ്രായം ഖുഷ്ബൂ അവതരിപ്പിച്ചത്. ഇത്തരം ബന്ധങ്ങളിൽപ്പെട്ടുപോകുന്ന പെൺകുട്ടികളിൽ പലരും പിന്നീട് വേണ്ടാത്ത ഗർഭധാരണം നിമിത്തവും ലൈംഗികരോഗങ്ങൾ കൊണ്ടും മറ്റും കഷ്ടപ്പെട്ടു കഴിയേണ്ടിവരുന്നു. അത്തരക്കാർ വളരെ കരുതലോടെ കഴിയണമെന്നേ ഖുഷ്ബു പറഞ്ഞുള്ളൂ. നമ്മുടെ നാട്ടിൽ യുവാക്കൾക്കാവശ്യമായ ലൈംഗികാവബോധം വിദ്യാലയങ്ങളോ രക്ഷിതാക്കളോ നല്കുന്നില്ലല്ലോ.

നിരുപദ്രവവും അത്യാവശ്യവും ആരോഗ്യപ്രദവുമായ ഒരഭിപ്രായ പ്രകടനം. അത് പിന്നീട് വലിച്ചിഴച്ച് എല്ലാവരും കൂടി വിവാദമാക്കി.

കാരണം ആ സമയത്ത് തമിഴ്നാട്ടിൽ ഏതോ ഉപതിരഞ്ഞെടുപ്പ് ആസന്നമായിരുന്നു. ഖുഷ്ബൂവിന്റെ അഭിപ്രായം വിവാഹപൂർവ്വബന്ധത്തെ ന്യായീകരിക്കുന്നില്ല. സാമൂഹിക പ്രാധാന്യമുള്ള ഒരു വിഷയത്തെപ്പറ്റി ധൈഷണികമായ ഒരു നിലപാട് അവർ അവതരിപ്പിച്ചുവെന്ന് കണ്ടാൽ മതി.

സുഹാസിനി മണിരത്നവും ഖുഷ്ബൂ പ്രകടിപ്പിച്ച അഭിപ്രായം പറയാൻ അവർക്ക് ഇന്ത്യയിൽ അവകാശമുണ്ടെന്നേ പറഞ്ഞുള്ളൂ. അഭിപ്രായപ്രകടനസ്വാതന്ത്ര്യത്തെ എതിർക്കുക പ്രയാസം. അതിനാൽ വേറെ ചില അശ്ലീലോദ്ദേശ്യങ്ങൾ രണ്ടുപേരിലും ആരോപിക്കുക മാത്രമേ വഴിയുള്ളൂ എന്ന് ചിലർ മനസ്സിലാക്കി. പൂർവ്വബന്ധം ആവശ്യമാണെന്ന് ഈ നടിമാർ പറഞ്ഞുവെന്നായി പിന്നത്തെ ആക്ഷേപം.

സുപ്രീംകോടതി വിധി വന്നപ്പോഴെങ്കിലും ഈ നടിമാരുടെ പേരിനെ പത്രപ്രചാരവേലയുടെ കളങ്കത്തിൽ നിന്ന് മോചിപ്പിക്കേണ്ടതായിരുന്നു. ഖുഷ്ബൂ പറഞ്ഞ അഭിപ്രായങ്ങൾ പറയാൻ അവർക്ക് പൂർണ്ണസ്വാതന്ത്ര്യം ഭരണഘടന നല്കുന്നു. അത് കളയാൻ ആർക്കും അധികാരമില്ല. ആരുടെ മാനവും അവരുടെ അഭിപ്രായപ്രകടനം കൊണ്ട് നഷ്ടമായിട്ടില്ല. സ്ത്രീകളെ മോശമായി ചിത്രീകരിച്ചിട്ടുമില്ല. ദുരുദ്ദേശ്യപരമായിരുന്ന കേസുകളായിരുന്നു ഇവയെല്ലാം.

വിവാഹത്തിനുമുമ്പ് പുരുഷന്മാരുമായി ലൈംഗികബന്ധത്തിൽ പെട്ടുപോകുന്ന സ്ത്രീകൾ അവരുടെ ശരീരത്തെയും ആരോഗ്യത്തെയും പരിഗണിച്ചുകൊണ്ട് മുൻകരുതലുകൾ എടുക്കണമെന്ന് ഒരു വ്യക്തി പറഞ്ഞാൽ ആ അഭിപ്രായം വിവാഹപൂർവ്വ ലൈംഗികബന്ധത്തെ അനുവദിക്കലാണെന്നുള്ള നിഗമനം എങ്ങനെ ഉണ്ടാകുന്നു? തമിഴ്നാട്ടിൽ ഖുഷ്ബൂവും സുഹാസിനിയും നിയമപരമായി പീഡനം അനുഭവിക്കേണ്ടിവന്നത് അവരുടെ അഭിപ്രായം അത്തരം ബന്ധങ്ങൾക്ക് അനുകൂലമാണെന്ന് പത്രങ്ങളിലൂടെ ഒരു മൂടൽമഞ്ഞ് പരത്തിയതുകൊണ്ടാണ്. സുപ്രീം കോടതി വിധി വന്നപ്പോഴാണ് ഈ സ്ഥിതിക്ക് ചെറിയൊരു മാറ്റമുണ്ടായത്.

സുപ്രീംകോടതിവിധിപോലും അവിഹിത ബന്ധത്തെ പ്രോത്സാഹിപ്പിച്ചേക്കുമെന്ന് ആളുകൾ ധരിച്ചതായി പത്രങ്ങളിൽ പ്രസിദ്ധീകരിച്ചു കാണുന്ന ചില കത്തുകളിൽ നിന്ന് മനസ്സിലാക്കുന്നു. ലൈംഗികത എന്ന വാക്ക് ഒരാൾ മിണ്ടിയോ, ആൾ സദാചാരവിരുദ്ധനാണെന്ന് കരുതുന്ന നമ്മുടെ പൊതുസന്മാർഗ്ഗബോധം ചീഞ്ഞുനാറുന്നതാണ്.

സമൂഹത്തിൽ പ്രചാരമുള്ള സന്മാർഗ്ഗചിന്ത മാലിന്യമയമാണെന്ന് പറഞ്ഞാൽ, പ്രായപൂർത്തിയായി കഴിഞ്ഞ യുവതീയുവാക്കൾക്ക് എന്തുമാകാം എന്ന ലൈംഗികാരാജകത്വം നിലവിൽ വരുമെന്ന് കരുതുന്നത് തെറ്റാണ്. ലൈംഗികാരാജകത്വം അഥവാ പൂർണ്ണസ്വാതന്ത്ര്യം ഏത് നിയന്ത്രണം പോലെയോ അതിൽ കൂടുതലോ തെറ്റാണ്. സമൂഹം നിലനില്ക്കുകയും കുട്ടികളുടെ സ്വഭാവം മഹത്താവുകയും വേണമെങ്കിൽ

ആരോഗ്യപൂർണ്ണമായ ഒരു സ്ത്രീ പുരുഷ ബന്ധത്തിൽ അധിഷ്ഠിതമായ സദാചാരം നിലവിൽ വരേണ്ടതാണ്.

സമൂഹജീവിതത്തെ അടിയോടെ ബാധിക്കുന്ന മൂല്യചിന്ത ആവശ്യമായിട്ടുള്ള പ്രശ്നങ്ങളെ നേരിടുമ്പോൾ 'കേരള കോൺഗ്രസ് ലയനം, റിപ്പോർട്ട് ചെയ്യാൻ ഉപയോഗപ്പെടുത്തുന്ന കാഴ്ചപ്പാടു പോരെന്ന് നമ്മുടെ പത്രങ്ങളും മീഡിയയും മനസ്സിലാക്കേണ്ട കാലം അതിക്രമിച്ചിരിക്കുന്നു.

അവർ ചെയ്യുന്ന സമൂഹദ്രോഹത്തിന്റെ ആഴവും ഭീകരതയും അവരറിയുന്നില്ല, കഷ്ടം തന്നെ!

കോടതിയുടെ മുമ്പിലും ഒരു പ്രശ്നം കീറാമുട്ടിയായി കിടപ്പുണ്ട്. ഈ ഖുഷ്ബൂ കേസ് ഉണ്ടായിട്ട് അഞ്ചുകൊല്ലം ആകാറായല്ലോ? കീഴ്ക്കോടതികൾ കേസുകളുടെ സ്വഭാവം മനസ്സിലാക്കാൻ അല്പം ബുദ്ധിമുട്ടിയാൽ, നീതിയുടെ ഗതി മന്ദീഭവിച്ചുപോകുന്ന അപകടം കുറെയെല്ലാം ഒഴിവാക്കാൻ കഴിയും. ഈ കേസ് തന്നെ ഉദാഹരണമായി നോക്കാം. ഒരഭിപ്രായം പറഞ്ഞതിനു ഇരുപത്തിമൂന്ന് കേസാണ് ചാടി വന്നത്. ഒറ്റ നോട്ടത്തിൽ തന്നെ ഏതോ രാഷ്ട്രീയകക്ഷിയുടെ ദ്രോഹബുദ്ധിയിൽ നിന്ന് പിറന്നതാണെന്ന് ആർക്കും മനസ്സിലാകും. പക്ഷേ, ഈ രണ്ടു ഡസൻ കേസുകളും ഒന്നിച്ചു പരിഗണിക്കണമെന്ന് വിധി പറയാൻ മദിരാശി ഹൈക്കോടതി മൂന്ന് കൊല്ലം എടുത്തു. അതിന്മേൽ തീരുമാനം വരാൻ വേണ്ടിവന്നു വീണ്ടും ഒരു രണ്ട് കൊല്ലം.

കുറച്ചുനാൾ മുമ്പ് *ഹിന്ദു* പത്രത്തിൽ സുപ്രീംകോടതിയിലെ സീനിയർ അഭിഭാഷകനായ കെ കെ വേണുഗോപാൽ നീതിപൂർവ്വകമായ വേഗം നീതിനിർവ്വഹണത്തിൽ അനിവാര്യമായിരിക്കേണ്ടതിനെപ്പറ്റി, യുക്തിയും അനുഭവവും ജനങ്ങളോടുള്ള സ്നേഹവും ചേർത്തുകൊണ്ട്, ഒരു വലിയ ലേഖനം പ്രസിദ്ധീകരിക്കുകയുണ്ടായി. വായിച്ചപ്പോൾ വളരെ സംതൃപ്തി തോന്നി. അതിന്റെ ഉദ്ദേശ്യം സഫലമാക്കാൻ എന്തെങ്കിലും നടപടി ഉടനെ കൈക്കൊള്ളാൻ പുതിയ ചീഫ് ജസ്റ്റിസും കേന്ദ്രമന്ത്രാലയവും ശ്രമിച്ചാൽ വളരെ ഉപകാരമായിരിക്കും.

ഖുഷ്ബൂ ഇപ്പോൾ മാധ്യമങ്ങൾക്കു താല്പര്യമുള്ള ഒരു വിഷയമല്ല. പക്ഷേ, അവർ ഈ ജനാധിപത്യസ്വർഗ്ഗത്തിൽ സ്വതന്ത്രാഭിപ്രായം പറയുന്നവർ നേരിടേണ്ടിവരുന്ന നരകയാതനകളുടെ തെളിവാണ്.

2010 മെയ്

കൊല്ലും കൊലയും കലയാക്കുന്നു

എനിക്കിപ്പോൾ അല്പം രക്തസമ്മർദ്ദം കൂടുതലാണ്. പേടിക്കാനില്ലെന്നും പ്രായം കൂടുന്തോറും രക്തക്കുഴലുകൾ ചുരുങ്ങിവരുമ്പോൾ രക്തപ്രവാഹത്തിൽ സമ്മർദ്ദം ഏറുമെന്നും ഡോക്ടർ ആശ്വസിപ്പിച്ചു. ഭക്ഷണത്തിൽ ഉപ്പ് ആവുന്നത്ര വർജ്ജിച്ചാൽ കുറയാവുന്നതേയുള്ളൂ സമ്മർദ്ദം എന്ന പരിഹാരവും നിർദ്ദേശിച്ചു ഡോക്ടർ.

ഒന്നുകൂടെ വർജ്ജിച്ചാൽ ഉയർന്ന സമ്മർദ്ദത്തിന്റെ സ്ഥാനത്ത് താണ സമ്മർദ്ദം വരുമെന്ന് പറയാൻ തോന്നിയെങ്കിലും പറഞ്ഞില്ല. ഉപ്പിനേക്കാൾ വർജ്ജിക്കേണ്ടത് ദിനപത്രപാരായണമാണ്. ഏത് ഋഷിതുല്യനായ വ്യക്തിയാവട്ടെ, പത്രങ്ങളിൽ ഒന്നാം പുറംതൊട്ട് സമസ്ത പേജുകളിലും വധം (വിവിധ രീതികളിൽ), മരണം (പലതരം), പീഡനം തുടങ്ങി ആരെയും പിടിച്ചുലയ്ക്കുന്ന വാർത്തകൾ കഥാരൂപത്തിൽ ദിവസേന കണക്കില്ലാതെ വായിക്കാൻ നാം നിർബ്ബന്ധിക്കപ്പെടുന്ന കാലമാണ് ഇത്.

ഉദാഹരണത്തിന് ഇന്നത്തെ (8-07-2010) പത്രം നോക്കുക. എന്തെല്ലാം വിഭവങ്ങൾ! ഷാർജയിൽ കുറേമുമ്പ് മൂന്ന് വാടകക്കൊലയാളികൾ ഒരുവനെ കൊന്ന കേസിൽ അവരെയുംഅവരെ പണം കൊടുത്തു പ്രേരിപ്പിച്ച ഒരു വ്യവസായിയെയും ശിക്ഷിച്ച വാർത്ത ഉണ്ട്. മൂവാറ്റുപുഴയിൽ കൈപ്പത്തി വെട്ടിമാറ്റിയ വീരന്മാർ നാടുകടന്നുവോ എന്നൊരു സംശയം. യുവാവിനെ കൊന്ന അളിയൻ ഒളിവിൽ. പിന്നെ പാമ്പുകടി, വെള്ളത്തിൽ മുങ്ങൽ, കള്ളന്റെ അക്രമം ഇങ്ങനെ വിവിധ രീതികളിൽ മരണപ്പെടുകയോ അപകടപ്പെടുകയോ ചെയ്ത സംഭവങ്ങൾ. ഇക്കൂട്ടത്തിൽ ഇന്നലെ തൃശൂർ തീവണ്ടിയാപ്പീസിൽ വെച്ച് നടന്ന ഒരു മരണത്തിന്റെ റിപ്പോർട്ട് എന്നെ വല്ലാതെ തളർത്തിക്കളഞ്ഞു. ആന്ധ്രക്കാരിയായ ഒരു നവവധു ഭർത്താവ് പുറത്തുപോയത് നോക്കുന്നതിന്

വെളിയിലേക്ക് പോകാൻ തുനിയുമ്പോൾ താഴെവീണു മരിച്ചുവെന്നതാണ് സംഭവം. വളരെ ദുഃഖകരമായ ഒരു സംഭവം തന്നെ. ആന്ധ്രയിൽ നിന്നുവന്ന നവദമ്പതികൾ, വധു ഏറെ ചെറുപ്പം, അന്യദേശത്തു വെച്ച് അപായം - നിർഭാഗ്യപാരമ്യം എന്നല്ലാതെ മറ്റെന്തു പറയാൻ!

ഇത് എന്നെ ദുഃഖിപ്പിച്ചു; എല്ലാവരെയും ദുഃഖിപ്പിച്ചിരിക്കണം. പക്ഷേ, ഞാൻ എഴുതാൻ പോകുന്നത് ഈ ദുരന്തത്തെക്കുറിച്ചല്ല. മറ്റൊരു ദുരിതത്തെക്കുറിച്ചാണ്. ഈ പെൺകുട്ടി പാളത്തിൽ വീണ് മണിക്കൂർ കഴിഞ്ഞിട്ടും അവരെ എടുത്ത് അടുത്ത ആശുപത്രിയിൽ എത്തിക്കാൻ, ആളുകൾ ധാരാളമുള്ള ആ സ്ഥലത്തും, ആരും ഉണ്ടായില്ല. ആ യുവതി ആശുപത്രിയിൽ വെച്ച് മരിച്ചു. മരിച്ചതു വീഴ്ചകൊണ്ടല്ല, പ്രഥമശുശ്രൂഷ വൈകിയതുകൊണ്ടാണ്.

ഇത്രയേ പത്രം റിപ്പോർട്ട് ചെയ്തുള്ളൂ. അവിടെയുണ്ടായിരുന്ന ആളുകളിൽ ജീവനുള്ള ആരും ഉണ്ടായിരുന്നില്ലെന്നും എല്ലാവരും മരിച്ചവരായിരുന്നുവെന്നും റിപ്പോർട്ട് ചെയ്തിരുന്നെങ്കിൽ അത് സാരസ്യസമ്പൂർണ്ണമായേനേ! അഥവാ അങ്ങനെ എടുത്ത് പറഞ്ഞില്ലെങ്കിലും, ആ മറിഞ്ഞു കിടപ്പു കണ്ട് ഒന്നും ചെയ്യാതെ കടന്നുപോയവർ മനുഷ്യർ തന്നെയാണോ എന്ന് ശങ്കിക്കുന്നുണ്ടെങ്കിൽ തെറ്റ് പറയാനാവില്ല.

'ഈ പൊല്ലാപ്പിന് പോയി ബുദ്ധിമുട്ടാനൊന്നും എനിക്ക് വയ്യ' എന്ന വിചാരമാണ് ഈ നിസ്സംഗസാക്ഷികളായ ആളുകളുടെ മനസ്സിൽ ഉയർന്നുവരാവുന്നത്. ഇതാണ് വെള്ളം കൂട്ടാത്ത സ്വാർത്ഥത എന്നു പറയുന്നത്. നാം കടന്നുപോകുമ്പോൾ ഒരടിപിടി കണ്ടാൽ സമാധാനിപ്പിക്കാൻ പോകരുത്. മേലത്തെ ന്യായം അപ്പോൾ പറയാൻ കൊള്ളാം. തെമ്മാടികൾ ആരൊക്കെയോ ലഹള കൂടുമ്പോൾ ഇടപെടാൻ പോകുന്നവർക്ക് തല്ല് മേടിക്കേണ്ടിവരും. അങ്ങനെ തല്ല് വാങ്ങി ആശുപത്രിയിൽ കിടക്കേണ്ടി വന്ന ഒരു പ്രൊഫസറെ എനിക്കറിയാം. ഒന്നുമില്ലെങ്കിൽ പോലീസിനെ വിളിച്ചറിയിക്കാൻ എന്താണ് തടസ്സം? ഇപ്പോൾ മൊബൈൽ കൈയിലില്ലാത്ത ആളുകളില്ല. അത് ഒരു പുണ്യകർമ്മത്തിന് ഉപയോഗിക്കാൻ നമുക്ക് ഇഷ്ടമില്ല. അന്യരുടെ പടം സമ്മതമില്ലാതെ പിടിച്ച കുറ്റത്തിൽപ്പെടാൻ മടിയില്ലാത്ത യുവാക്കൾക്കും ഈ ആസന്നമരണകാര്യത്തിൽ ഇടപെടാതിരിക്കാൻ മേലെപ്പറഞ്ഞ 'പൊല്ലാപ്പ്' ന്യായം എഴുന്നള്ളിക്കാൻ മടിയില്ല.

കുറെവർഷം മുമ്പ് കൊച്ചിയിൽ കായലിൽ നിന്ന് ഒരാളെ രക്ഷിക്കാൻ വെള്ളത്തിൽ ചാടിയ സായ്പ് ഒരിന്ത്യക്കാരന്റെ ജീവൻ രക്ഷിച്ച് തിരിച്ചുവന്നപ്പോൾ തന്റെ വാച്ച് മോഷണം പോയതാണ് കണ്ടത്. ഇന്ത്യക്കാരന് ചെയ്യാവുന്ന ഒരു നല്ല കാര്യം അവൻ ചെയ്തു! സായ്പ് ഇത്ര ദയാലുവാണെങ്കിൽ, വാച്ചില്ലാത്ത ഒരു പാവപ്പെട്ട ഇന്ത്യക്കാരന് അത് ദാനം ചെയ്തതായി സായ്പ് കണക്കാക്കാതിരിക്കില്ല എന്ന നല്ല വിശ്വാസത്തിലാവാം നമ്മുടെ സഹോദരൻ ആ മോഷണം അപ്പോൾ തന്നെ നടത്തിയത്.

ഇന്ത്യയിൽ ഗാന്ധിജി പിറന്നിട്ടെന്ത് ഫലം! ആ പിറവിയുടെ എന്തെങ്കിലും ഫലം ഇന്നത്തെ ഇന്ത്യക്കാരിൽ കാണാൻ കിട്ടുമോ? ഗാന്ധിജി പിറന്ന 'ദോഷം' പരിഹരിക്കാൻ ഒരിന്ത്യക്കാരൻ അദ്ദേഹത്തെ വകവരുത്തിയല്ലോ. ഇന്ത്യക്കാർ ഗാന്ധിജയന്തി കൊണ്ടാടുകയും ഗോഡ്സെയെ മനസ്സിൽ പ്രതിഷ്ഠിക്കുകയും ചെയ്തിരിക്കുന്നു.

തൃശൂരിൽ ആന്ധ്രായുവതിയുടെ മരണാവസ്ഥ കണ്ടിട്ട് അടുത്ത പീടികയിൽ കയറി ഒരു ബീഡിയും വലിച്ച് ചായയും കഴിച്ചുപോയ പുരുഷകേസരികൾ ഗാന്ധിജിയുടെ പിന്മുറക്കാരല്ല. ഗാന്ധിജിയൊക്കെ പോകട്ടെ. ആ സമയത്ത് അവരെ രക്ഷിക്കാൻ ചെയ്യാവുന്ന എന്തെല്ലാം സംഗതികൾ ഉണ്ട്. ഒന്നും ചെയ്യാതെ സ്ഥലം വിട്ടവരെ ശിക്ഷിക്കാൻ ഈ നാട്ടിൽ നിയമമില്ല. അങ്ങനെ ശിക്ഷിക്കാൻ തുടങ്ങിയാൽ നാട്ടിൽ ആള് കാണില്ല! ഇങ്ങനെ അങ്ങേയറ്റത്തെ ക്രൗര്യം ഒരു പ്രയാസവും കൂടാതെ പ്രകടിപ്പിക്കുന്ന ആളുകൾ തന്നെ, തൊടുപുഴ ന്യൂമാൻ കോളേജിലെ പ്രൊഫ. ജോസഫിന്റെ കൈപ്പത്തി വെട്ടിയ പോപ്പുലർ ഫ്രണ്ടുകാർ ചെയ്തത് 'പൈശാചികം' എന്നും 'കാടത്തം' എന്നും 'മനുഷ്യത്വരഹിതം' എന്നും സരസ്വതീപ്രസാദം പോലെ എത്ര തവണ പറഞ്ഞു കാണും! തൃശൂർ റയിൽവേസ്റ്റേഷനിൽ തങ്ങൾ ദൃക്സാക്ഷികളായ സംഭവത്തിൽ ഒന്നും ചെയ്യാതെ കടന്നുകളഞ്ഞ മനുഷ്യരുടെ പ്രവൃത്തിയും അതുപോലെയോ അതിൽ കൂടുതലോ പൈശാചികവും കാടത്തവും മനുഷ്യത്വരഹിതവുമാണെന്ന് അവർ അറിയുന്നില്ല. ഇത്തരക്കാരുള്ള ഒരു രാജ്യത്ത് ഇനിയും 'ന്യൂമാൻ കോളെജ് കൈവെട്ട്' ആവർത്തിക്കുക തന്നെ ചെയ്യും.

ഇങ്ങനെ ഒരു സമൂഹത്തിന്റെ പ്രശ്നം ക്രമസമാധാനം പാലിക്കൽ മാത്രമല്ല. അത് ചെയ്യാൻ പൊലീസ് മാത്രം ഉണ്ടായാൽ പോര. ഇവിടത്തെ ജനങ്ങളിൽ സ്വന്തം കാര്യത്തിന്റെ പ്രാധാന്യത്തിനല്ലാതെ അന്യൻ എന്ന ബോധത്തിന്റെ നിഴൽപോലും കടന്നിട്ടില്ല. ആത്മസുഖത്തിനായി ആചരിക്കുന്നത് അപരന്റെ സുഖത്തിനായ് വരേണം, എന്ന് ഉപദേശിച്ച ഗുരു ഇവരുടെ ഉള്ളിന്റെയുള്ളിൽ പരിതാപാർത്തനായി കല്പിക്കുന്നു. ഗുരുവിനെ അവർ തള്ളിപ്പറയുകയുമില്ല. ഗുരു പറയുന്നത് പ്രവർത്തിക്കുകയുമില്ല.

ഇതാണ് കൊലയെ കലയാക്കൽ. എല്ലാവരും ഇങ്ങനെ പോയാലോ? അങ്ങനെ ചിന്തിക്കാൻ അവർക്ക് നേരമില്ല. ഇങ്ങനെ ഇന്ത്യക്കാർ വിജയിച്ചു തുടങ്ങിയാൽ ഇന്ത്യ ബാക്കിയുണ്ടാവില്ല.

2010 ജൂലായ്.

സേവനമോ കൂലിപ്പണിയോ?

പാർലമെന്റംഗങ്ങളുടെ പ്രതിഫലത്തെ സംബന്ധിക്കുന്ന നിയമനിർമ്മാണം അടുത്തകാലത്ത് ഒരു വിവാദത്തിന്റെ ചുഴിയിൽപ്പെട്ടിരിക്കുകയാണ്. പാർലമെന്റിലെ അംഗങ്ങൾക്കിടയിൽ ഇതേപ്പറ്റിയുണ്ടായ അഭിപ്രായങ്ങൾ തല്ക്കാലം അവസാനിച്ചുകണ്ടപ്പോൾ, 'പ്രശ്നം തീർന്നു' എന്നാണ് ഇക്കൂട്ടർ ആശ്വാസപൂർവ്വം പ്രസ്താവിച്ചത്. പത്രങ്ങൾ അതേറ്റു പറയുകയും ചെയ്തു.

പ്രശ്നം എന്നിട്ടും പിടഞ്ഞുകൊണ്ടിരിക്കുന്നു. കാരണം, ഈ പ്രശ്നം പരിഹരിക്കേണ്ടത് പാർലമെന്റംഗങ്ങൾ അല്ല. അവർക്ക് രാഷ്ട്രത്തിലെ ഗവൺമെന്റിനെ സൃഷ്ടിക്കാം. സംഹരിക്കാം. അതൊക്കെ ചെയ്യാനാണ് അവരെ നിയോഗിച്ചിരിക്കുന്നത്. പക്ഷേ, തങ്ങൾക്ക് ലഭിക്കേണ്ട വേതനാനുകൂല്യാദികൾ തീരുമാനിക്കേണ്ടത് അവരല്ല. ഭരണഘടനാനിർമ്മാതാക്കൾ ഈ ഭാഗം വേണ്ടത്ര ചിന്താവിഷയമാക്കിയോ എന്ന് സന്ദേഹിക്കണം. അവനവന് സാമ്പത്തികാനുകൂല്യങ്ങൾ നിർണ്ണയിക്കുവാൻ ഏറ്റവും അനർഹരായവർ അവരവർ തന്നെയാണ്. അവനവന്റെ തീരുമാനം അവരുടെ അസന്തുഷ്ടമായ വികാരം കലർന്നതുകൊണ്ട് സത്യസന്ധമോ നീതിപൂർവ്വമോ ആവില്ല. വസ്തുനിഷ്ഠമാകാൻ ഉന്നതമായ ഒരു ബാഹ്യസമിതി (അത് പാർലമെന്റിന് രൂപവല്ക്കരിക്കാം) വിഷയം പരിശോധിക്കണം. വളരെ വർഷം മുമ്പ് ഒരു സീനിയർ എം പി ആയ ഇന്ദ്രജിത്ത് ഗുപ്തയും മറ്റു പലരും ഈ ഭേദഗതി സൂചിപ്പിച്ചിരുന്നു. ഇത്തരം മുന്നറിയിപ്പുകൾ ഒന്നും പരിഗണിച്ചില്ലെന്നതിന്റെ തെളിവാണ് ഇപ്പോഴത്തെ ശമ്പളാനുകൂല്യവർദ്ധന.

പാർലമെന്റംഗങ്ങൾക്ക് നല്കുന്ന പ്രതിഫലത്തെപ്പറ്റി ഭരണഘടനയിൽ 'സാലറിയും അലവൻസുകളും' എന്നാണ് പറയുന്നത്. പക്ഷേ,

പാർലമെന്റ് പ്രവർത്തനം രാഷ്ട്രീയപ്രവർത്തനത്തിന്റെ ഭാഗമാണ്. രാഷ്ട്രീയപ്രവർത്തനം നിസ്വാർത്ഥമായ ജനസേവനമാണ്. സ്വാതന്ത്ര്യ സമരകാലത്തിന്റെ ഒരു മാറ്റൊലി ഇവിടെ മുഴങ്ങുന്നുണ്ട്. ഇന്ത്യ ഏതു കാലത്തും തലത്തിലും പെട്ടാലും ആ സമരയുഗമാർഗ്ഗങ്ങൾ ജീവിതത്തിൽ പരിപാലിക്കണമെന്ന് ഭരണഘടന ഊന്നിപ്പറയുന്നുണ്ട്.

അത് മറന്നതാണ് ഈ ശമ്പളവർദ്ധനവിനെ ഇത്രമാത്രം വിമർശവിഷയമാക്കിയത്. ഇപ്പോൾ നിലവിലുള്ള പതിനാറായിരവും ആനുകൂല്യങ്ങളും ഇവയിൽ പെടാത്ത യാത്രയും മറ്റും ഉണ്ടാക്കുന്ന സാമ്പത്തിക സൗകര്യങ്ങളും ഒട്ടും മോശമല്ല. കണക്കെടുത്താൽ അതും പത്തുപതിനായിരത്തിലധികം വരും. അഞ്ഞൂറ് ശതമാനവും 300 ശതമാനവും. അനുഗുണമായ ആനുകൂല്യങ്ങളുടെ വാഗ്ദാനവും വരുമ്പോൾ രണ്ട് ലക്ഷത്തോളം സാമ്പത്തികമെച്ചം ഉണ്ടാകും. ഇതുകൊണ്ട് കടം വാങ്ങാതെ ജീവിക്കാൻ കഴിയില്ലെന്ന് പറയുന്ന ജനപ്രതിനിധി വെറും പണക്കൊതിയനും സുഖഭോഗമോഹിയും ബഹുജന പ്രതിനിധിയാകാൻ അർഹനല്ലാത്ത ആളുമാണ്.

ഇപ്പോൾ തെളിഞ്ഞുകഴിഞ്ഞിരിക്കുന്ന ലോകസഭാംഗങ്ങളുടെ ആർത്തിയും മോഹവും പാർലമെന്റിനെ ആകെ നിന്ദാപാത്രമാക്കിയിരിക്കുന്നു. പണ്ട് ശ്രീകൃഷ്ണന്റെ അനുചരന്മാരായ യാദവരുടെ വംശം മുഴുവനും കൊള്ളരുതായ്മകളും നീചപ്രവൃത്തികളും കൊണ്ട് മുടിഞ്ഞുവെന്നാണ് മഹാഭാരതത്തിൽ നിന്നു നാം മനസ്സിലാക്കുന്നത്. ഇവരുടെ പിൻതലമുറക്കാരായ യാദവത്രയം (ലാലു, മുലായം, ശരദ്) ഈ കാലഘട്ടത്തിലും ഈ വർഗ്ഗസ്വഭാവം കാണിക്കുകയാണോ എന്ന് പുരാണപരിചയമുള്ള ആരും ഭയപ്പെട്ടുപോകും. അങ്ങനെ സംഭവിക്കുന്നപക്ഷം അത് പാർലമെന്റിന്റെ പര്യവസാനമായിരിക്കും.

ഇത്തരക്കാർ ഒരിക്കലും ജനങ്ങളുടെ പ്രതിനിധികളാകരുത്. ഇവിടത്തെ സാധാരണ മനുഷ്യൻ ദാരിദ്ര്യരേഖയിൽ തൂങ്ങിക്കിടക്കുകയാണ്. അവന്റെ തനതായ മുഖത്തിന്റെ ചിത്രം ഹൃദയത്തിലുള്ളവരേ രാഷ്ട്രീയസേവനത്തിന് മുതിരാൻ പാടുള്ളൂ എന്ന് ഗാന്ധിജി ഉപദേശിച്ചു. ഈ ശമ്പളവർദ്ധനവ് വരുത്തുന്നതിന് പുറകിൽ നിന്ന് ചിന്തിച്ചവരുടെ മനസ്സിൽ പാവപ്പെട്ടവന്റെ ദയനീയമുഖമല്ല, അംബാനിമാരുടെയും വിജയ്മല്യമാരുടെയും കൊഴുത്ത ദേഹങ്ങളാണ്.

ന്യൂസ് വീക്ക് എന്ന പ്രമുഖവാരിക നടത്തിയ പരിശോധനയിൽ ഇന്ത്യ നൂറോളം കാര്യങ്ങളിൽ ശ്രീലങ്കയേക്കാളും ചുവടെ കിടന്നിഴയുന്ന ഒരു രാജ്യമാണ് എന്ന് കാണുന്നു. ഈ രാജ്യത്തിന്റെ സ്വതന്ത്രഭാഗധേയം സൃഷ്ടിക്കാൻ 60ൽപ്പരം കൊല്ലം കഴിഞ്ഞിട്ടും നമുക്ക് സാധിച്ചിട്ടില്ല. ഇവിടെ ഈ ദശാബ്ദങ്ങളിൽ ഭരണസാരത്ഥ്യം വഹിച്ചവർക്ക് ചരിത്രദേവതയോ ഭാരതാംബയോ മാപ്പ് കൊടുക്കാനിടയില്ല. ഭരണവർഗ്ഗത്തിന്റെ അപമാനകരമായ കഴിവുകേടിന്റെയും സ്വാർത്ഥജന്യമായ അഴിമതിയുടെയും ഫലമായിട്ടാണ് നാം പരാജയപ്പെടുന്നത്.

ഇത്തരം ദൈന്യത്തിന്റെയും ദുരന്തത്തിന്റെയും 'അടയാളങ്ങൾ ഉട നീളം കിടക്കുന്ന ചരിത്രവീഥി പിന്തുടർന്ന നമ്മുടെ ജനപ്രതിനിധികൾ സേവനം മറന്ന് കഴുകനെപ്പോലെ പണസഞ്ചി കൊത്തിക്കീറാൻ ശ്രമിക്കുന്ന ചിത്രമാണ് ഈ ശമ്പളവർദ്ധനവിലൂടെ തെളിയുന്നത്. ഇത് അനുവദനീയമല്ലെന്ന് പ്രധാനമന്ത്രിക്കും കോൺഗ്രസ് അദ്ധ്യക്ഷയ്ക്കും ഉറച്ചസ്വരത്തിൽ പറയാൻ കഴിയണം. ഇവരെല്ലാംകൂടി ഇന്ത്യയെ മേഘലയുടെ പത്രികയിൽ ലോകത്തിലെ ഏറ്റവും അവസാനത്തെ നാടായി നശിപ്പിക്കാനാണോ ഉദ്ദേശിക്കുന്നത് എന്നറിയുന്നില്ല.

കപ്പൽ മുങ്ങുമ്പോൾ അവസാനം കപ്പൽ വിടുന്ന ആളാണ് കപ്പി ത്താൻ. ഇവിടെ കപ്പൽ മുങ്ങുന്നതിന് ഇടവരുത്തിയവർ ആദ്യം ലഭിച്ച ജീവരക്ഷാബോട്ടിൽ കയറി തടി രക്ഷിക്കാൻ തിക്കിക്കൂടുകയാണ്. ഈ വേതനവർദ്ധനവിലൂടെ പുറത്തുവന്ന നമ്മുടെ ജനപ്രതിനിധികളുടെ മനോഭാവം നീചമായ സ്വാർത്ഥതയുടേതാണ്. തങ്ങൾ ആരാണെന്നും തങ്ങളുടെ ജോലി എന്താണെന്നും മറന്നുപോയ ഈ പ്രതിനിധികൾക്ക് ഗാന്ധിജി പറഞ്ഞ പാവങ്ങളുടെതായ നവയുഗം സൃഷ്ടിക്കാൻ ബാദ്ധ്യതയുണ്ടെന്ന് ഈ രാജ്യത്തെ ഉദ്ബുദ്ധരായ ജനങ്ങളും പത്രമാ ധ്യമലോകവും വിട്ടുവീഴ്ചയില്ലാതെ ഇക്കൂട്ടരെ ഓർമ്മിക്കുക തന്നെ വേണം.

2010

വിനോദയാത്രയാണോ ജനസേവനം

നമ്മുടെ രാഷ്ട്രീയകക്ഷികളുടെ പ്രവർത്തനങ്ങളിൽ ആദ്യകാലങ്ങളിൽ ഉണ്ടായിരുന്നതും പ്രഖ്യാപിതങ്ങളും മഹാന്മാരായ നേതാക്കൾ അനുവർത്തിച്ചു വന്നതുമായ തത്ത്വങ്ങളുടെയും ആദർശങ്ങളുടെയും വീര്യം കുറഞ്ഞുവരുന്നുണ്ടെന്ന് ഇവയുടെ തിക്കിലും തിരക്കിലും പെട്ടവർ പെട്ടെന്ന് മനസ്സിലാക്കണമെന്നില്ല. പല കാരണങ്ങളാൽ ഈ തകർച്ച സംഭവിക്കുന്നു. ഇത് ചൂണ്ടിക്കാട്ടുക എന്നതും ഒരു വലിയ സാമൂഹികാവശ്യമാണ്.

നേതാക്കളുടെ വ്യക്തിമഹിമയുടെ കുറവ്, തിരഞ്ഞെടുപ്പ് വിജയത്തിന് സർവ്വപ്രാധാന്യം നല്കുന്നതുകൊണ്ട് താല്ക്കാലികമെന്ന് പറഞ്ഞ് ആദർശപരങ്ങളായ വിട്ടുവീഴ്ചകൾ നടത്തുന്ന സ്വഭാവം, കക്ഷിയുടെ വിവിധ തലങ്ങളിൽ പാർട്ടി സംസ്കാരം ഇല്ലാത്തവരുടെ തള്ളിക്കയറ്റം, നേതാക്കളിൽ വർദ്ധിച്ചു വരുന്ന അധികാരമോഹവും ധനതൃഷ്ണയും - ഇവയെല്ലാം സന്നിപാതം ചെയ്തു വരുമ്പോൾ കക്ഷികളുടെ ആദർശപരമായ ഉള്ളടക്കം വളരെ വേഗം തേഞ്ഞുതേഞ്ഞ് കുറഞ്ഞുവരുന്നു.

രാഷ്ട്രീയകക്ഷികളുടെ പഴയകാലത്തെ ധാർമ്മികതയെപ്പറ്റി ഓർമ്മയുള്ളവരെ സ്തബ്ധരാക്കുന്ന സംഭവങ്ങൾ ദിനംപ്രതിയെന്നോണം നടന്നുകൊണ്ടിരിക്കുകയാണ്. നയപരിപാടികളിൽ മാത്രമല്ല, തത്ത്വങ്ങളിലും സിദ്ധാന്തങ്ങളിലും എല്ലാം ഭിന്നങ്ങളായ കക്ഷികളിൽ പ്രവർത്തിച്ച് വളരെ പ്രധാനപ്പെട്ട സ്ഥാനമാനങ്ങൾ സ്വായത്തമാക്കി അനുഭവിച്ച ചെറുപ്പക്കാരായ പ്രവർത്തകർ നിസ്സാരകാരണങ്ങൾ പറഞ്ഞ്, ആത്മവഞ്ചനയും അന്യവഞ്ചനയും നടത്തി, കക്ഷിബന്ധം മാറ്റുന്നത് നാം ഈ ചുരുങ്ങിയ കാലത്തിനകം എത്ര കണ്ടു? പ്രവർത്തകരുടെയും ഉയർന്ന നേതാ

ക്കളുടെയും സന്മാർഗ്ഗപരമായ വീഴ്ചകൾ ടി വി ചാനലുകൾക്ക് ഇഷ്ട ഭോജ്യങ്ങളായി തീർന്നിരിക്കുന്നു. മുമ്പൊരിക്കലും ഉണ്ടായിട്ടില്ലാത്ത നിലയിൽ കക്ഷികളിൽ അംഗങ്ങളായ പ്രവർത്തകർ അന്യോന്യം അവിശ്വാസത്തിൽ മുഴുകി, തീർത്താൽ തീരാത്തത്ര സ്പർദ്ധകളും കലഹങ്ങളും ആളിക്കത്തിച്ചുകൊണ്ട് കഴിയുന്നു:

വല്ലതും ജനങ്ങൾക്ക് ഗുണകരമായതു ചെയ്യുന്നുണ്ടെങ്കിൽ അത് വെറും പ്രകടനലക്ഷ്യത്തോടു കൂടിയതായിരിക്കും. ഇക്കാലത്ത് പ്രകടനം എന്നു വെച്ചാൽ വാർത്താപ്രചരണമാണ്. പഴയരീതിയിൽ ജനങ്ങളുടെ മൗലികാവകാശങ്ങൾക്കുവേണ്ടിയും ക്ലേശപരിഹാരത്തിനു വേണ്ടിയുമുള്ള സംഘടിതമായ സമരങ്ങളുടെതായ ക്ലേശകരമായ വഴി പല പാർട്ടികളും വിട്ടിരിക്കുന്നു. സമരം എന്ന വാക്കിന്റെ അർത്ഥമേ മാറി. പാർട്ടികൾ നടത്തുന്ന ധർണ്ണകളും ബന്ദുകളും ഹർത്താലുകളും ആണ് ഇന്നത്തെ സമരരൂപങ്ങൾ. കലക്ടറേറ്റ്, തീവണ്ടിയാപ്പീസ്, ബസുകൾ എന്നിവ കല്ലെറിഞ്ഞും ഇടിച്ചും തകർക്കുകയും നേതാക്കൾ ഒന്നോ രണ്ടോ ദിവസം റിമാന്റിൽ കഴിയുകയും ചെയ്താൽ ഉഗ്രസമരമായി.

ഗാന്ധിജിയും നെഹ്റുവും പട്ടേലും മറ്റും എത്രയെത്ര സമരങ്ങൾ നടത്തി? സ്വയം പീഡനം അനുഭവിപ്പിക്കുന്ന അഹിംസാത്മക സമരങ്ങൾ. നൂറു ശതമാനം അഹിംസാത്മകം എന്നൊന്നും ആരും അവകാശപ്പെടില്ല. പക്ഷേ, ഇന്നത്തേതുപോലെ നൂറുശതമാനവും അക്രമാസക്തമാക്കാൻ നേതൃത്വം തന്നെ ഉപദേശിച്ചു നടക്കുന്ന സമരങ്ങളായിരുന്നില്ല അവ.

ഇപ്പോൾ ചില കക്ഷികളും നേതാക്കളും യാത്രകൾ സംഘടിപ്പിച്ചു വരുന്നുണ്ട്. ബി ജെ പിയുടെ രഥയാത്രകളുടെ ലക്ഷ്യം അനുയായികളെ സാമുദായിക സംഘർഷത്തിലേക്ക് തള്ളിവിടുകയായിരുന്നു. ഈ രീതിയിലല്ലാതെയും നാം കേരള യാത്രകളും മറ്റും കണ്ടിട്ടുണ്ട്. സമാധാനപരവും രാഷ്ട്രീയ സന്ദേശം പ്രചരിപ്പിക്കു എന്ന് ഉന്നമുള്ളതുമായ യാത്രകളാണവ. അപ്പോഴും ഇവ ജനങ്ങളിൽ വേണ്ടത്ര എത്തുന്നില്ല. ജനങ്ങൾ കാഴ്ചക്കാരാണ്. ചിലർ ഇതൊക്കെ കണ്ട് വോട്ടുചെയ്യുമെന്നാണ് പ്രതീക്ഷ. പ്രവർത്തകർക്ക് ജോലിയും പത്രങ്ങളിൽ വാർത്തയും ഉണ്ടാകുമെന്നത് പ്രയോജനങ്ങൾ തന്നെ. സേവനത്തിന് പകരം വന്നു കൂടിയ മാലിന്യങ്ങൾ മാത്രമാണ് ഇവ.

ചില നേതാക്കൾ സ്വന്തം നിലയ്ക്ക് ചില യാത്രകൾ നടത്തുന്ന ഒരു രീതിയും അടുത്തകാലത്തു കണ്ടുതുടങ്ങിയിട്ടുണ്ട്. പാവപ്പെട്ടവരുടെ കുടിലുകൾ സന്ദർശിക്കുകയും അവരുടെ പരാതികൾ സ്വീകരിക്കുകയും ചെയ്യുക എന്നതു നല്ലതുതന്നെ. പടങ്ങൾ പത്രങ്ങളിൽ വരും. വലിയ ത്യാഗം ചെയ്തുവെന്ന് തോന്നിക്കാം. എത്രയെത്ര ഉദാഹരണങ്ങൾ; എല്ലാം ഓർക്കാൻ വയ്യ. ഒരു കേന്ദ്രസഹമന്ത്രി കേരളത്തിലെ റെയിൽവേ സ്റ്റേഷനുകൾ സന്ദർശിച്ച് ആവശ്യമായ തീവണ്ടികൾ, വരവും പോക്കും സമയം, സ്റ്റേഷനിൽ വേണ്ട സൗകര്യങ്ങൾ എന്നിവയെപ്പറ്റി കുറെ നാൾ കൊണ്ട് ഒരുപാട് പരാതികൾ വാങ്ങി ഏറെ ബുദ്ധിമുട്ടി! അത് കഴിഞ്ഞിട്ടും തീവണ്ടി പഴയപാളത്തിൽ തന്നെ ഓടുന്നു. പരാതി കൊടുത്ത

വരും വാങ്ങിയവരും ഇതൊക്കെ മറന്ന് സസുഖം കഴിയുന്നു എന്നതാണ് ഇതിന്റെ സന്തോഷകരമായ വശം. ആകെ ഉണ്ടായ വിമർശനം ഒരുപക്ഷേ ഈ ലേഖനം മാത്രമായിരിക്കാം.

കുറച്ച് ദിവസം മുമ്പ് യൂത്ത് കോൺഗ്രസിന്റെ സമുന്നത നേതാവും കോൺഗ്രസ് അദ്ധ്യക്ഷയുടെ പുത്രനുമായ രാഹുൽഗാന്ധി മുംബൈയിൽ നടത്തിയ യാത്ര ഒരു വിനോദയാത്രപോലെ കലാശിച്ചു. ശിവസേനയുടെ വെല്ലുവിളിയെ തോല്പിക്കാൻ ഉപായപ്പണികൾ ആലോചിച്ച് തയ്യാറാക്കിയ ഒരു അജണ്ടയായിരുന്നു അത്. വളരെ നാടകീയമായ തീവണ്ടിയാത്ര നടത്തി. ശിവസേനക്കാർക്ക് അല്പം ജാള്യവും യൂത്തിന് കവിഞ്ഞ ആഹ്ലാദവും ഉണ്ടാക്കി. അവിടെ അവസാനിക്കുന്ന ഒരു നാടകീയരംഗം അദ്ദേഹം സൃഷ്ടിച്ചു. യുവാക്കളുടെ ഇന്നത്തെ അരാഷ്ട്രീയവും രാഷ്ട്രീയവിരുദ്ധവുമായ സ്വഭാവദോഷങ്ങളെ നേരിട്ട്, ഒരു നവമാർഗ്ഗദർശനം നടത്തേണ്ട സമയമാണ് ഇത്. ആ വഴിയല്ല അദ്ദേഹം തെരഞ്ഞെടുത്തത്.

കേരളത്തിൽ കെ എസ് യുക്കാർ ഒരു നാട്ടുമ്പുറത്ത് നടത്തുകയായിരുന്ന ക്യാമ്പിൽ അദ്ദേഹം മുൻകൂട്ടി അറിയിക്കാതെ പോയി, അതുപോലെ മടങ്ങിപ്പോവുകയും ചെയ്തു. മുൻകൂട്ടിയറിയിക്കാതെ പ്രത്യക്ഷപ്പെട്ട് ജനങ്ങളെ ആശ്ചര്യപ്പെടുത്തുന്ന നാടകീയ സമ്പ്രദായം പണ്ട് ഹിറ്റ്ലർ പരീക്ഷിച്ചിരുന്നു. ആ പരീക്ഷണം അദ്ദേഹത്തെ എവിടെ എത്തിച്ചു?

ഇത്തരം വികടപ്രവൃത്തികൾകൊണ്ട് രാജ്യഭാരം ഏറ്റെടുക്കുക എന്ന വമ്പിച്ച ഉത്തരവാദിത്വം വഹിക്കാൻ തയ്യാറാകേണ്ട പുതിയ തലമുറയെ സജ്ജീകരിക്കാൻ ആവുമെന്ന് തോന്നുന്നില്ല. രാഷ്ട്രീയത്തിൽ ഉടനെ ഫലമുളവാക്കുന്ന ക്ഷിപ്രമാർഗ്ഗങ്ങളില്ല. വേഷം കെട്ടലില്ല, ജനസേവനത്തിന് കഷ്ടപ്പാട് സഹിക്കുകയും അനുയായികളുടെ ആദർശപരവും ധാർമ്മികവുമായ നിലയെ പ്രബലമാക്കുകയുമാണ് നേതാക്കൾ ചെയ്യേണ്ടത്. ഈ യുവാവ് അപ്രകാരം മാർഗ്ഗദ്രഷ്ടാവാകാൻ ആവശ്യമായ വളർച്ചയും പക്വതയും ഇനിയും കുറേക്കൂടി ഉൾക്കൊള്ളേണ്ടതുണ്ട്. ഇതൊക്കെ പറയുമ്പോൾ, അന്ധമായ പാർട്ടി വികാരതീവ്രതകൊണ്ട് ആരും ക്ഷോഭിക്കരുത്. ഇത്തരത്തിൽ മാറിച്ചിന്തിച്ചില്ലെങ്കിൽ ഏതൊരു കക്ഷിയുടെയും യുവനിര വഴിതെറ്റിപ്പോകുമെന്ന് ഉറപ്പാണ്.

രാഷ്ട്രീയനേതൃത്വം സുഖജീവിതത്തിനുള്ള കുറുക്കുവഴിയാണെന്ന് എല്ലാവരും ഒരുപോലെ ഇന്ന് വിശ്വസിക്കുന്നു. അതുകൊണ്ട് സേവനം, ത്യാഗം എന്നിവയ്ക്കൊക്കെ അർത്ഥച്യുതി സംഭവിച്ചുകൊണ്ടിരിക്കുകയാണ്. സേവനത്തിന്റെയും ത്യാഗത്തിന്റെയും വഴി കാട്ടിക്കൊടുത്താൽ യുവാക്കൾ അതിലൂടെ സഞ്ചരിക്കാൻ മടിക്കില്ല എന്നാണ് ഞാൻ കരുതുന്നത്. എല്ലാം ഒരു വൻതമാശയായിട്ട് മാറ്റിക്കളയരുത്. കക്ഷിയിലെ മുതിർന്ന നേതാക്കൾ ഇത്തരം വഴിവിടലുകൾ ശ്രദ്ധയിൽപ്പെടുന്ന മുറയ്ക്ക് മുന്നറിയിപ്പുകൾ നല്കാൻ മടിക്കരുത്.

പാർട്ടിയിൽ വരുമ്പോൾ തന്നെ നേതാവായി അഭിഷേകം നടത്തുകയും കുടുംബമഹിമയുടെ പേരിൽ അനുയായികളെ ലഭിക്കുകയും ചെയ്യുന്നതുകൊണ്ട് യഥാർത്ഥ നേതാവാവുകയില്ല. ചിലർ മഹാന്മാരായി ജനിക്കുന്നു എന്ന് ഷെയ്ക്സ്പിയർ പറഞ്ഞത് വേറെ മണ്ഡലങ്ങളിൽ ശരിയാകാം. രാഷ്ട്രീയ നേതാവ് കല്ലും മുള്ളും ചവിട്ടി നടന്നിട്ടേ നേതൃസ്ഥാനം ആരോഹണം ചെയ്യാൻ ശക്തനാവുകയുള്ളൂ. അങ്ങനെ വരുന്നവർക്ക് നേതൃത്വം തമാശയോ വിനോദമോ രസമോ ഒന്നുമല്ല, സഹനവും ആത്മസമർപ്പണവുമാണ്.

അവർക്കുവേണ്ടിയാണ് ഈ വാക്കുകൾ എഴുതുന്നത്. രാഷ്ട്രീയത്തിൽ അവരുടെ വർഗ്ഗം വളർന്നുവരട്ടെ.

2010 ജനുവരി

ഇന്ത്യൻപൗരത്വത്തിന്റെ വിലയിടിക്കരുത്

ഈ ആഴ്ചയിലെ ഏറ്റവും അസ്വാസ്ഥ്യജനകമായ വാർത്ത വിഖ്യാതചിത്രകാരനായ എം എഫ് ഹുസൈന് ഖത്തർ ആ രാജ്യത്തിന്റെ പൗരത്വം നല്കി ആദരിച്ചു എന്നതാണ്. 95 വയസ്സായ ആ വന്ദ്യവയോവൃദ്ധന്റെ ചിതാവശിഷ്ടമായ ഭൗതികധൂളികൾ ഏറ്റുവാങ്ങാനുള്ള ഭാഗ്യം ഇന്ത്യക്ക് ഈ നവപൗരത്വംവഴി നിഷേധിക്കപ്പെടുകയും ചെയ്തിരിക്കുന്നു. ആ ബഹുമതി അദ്ദേഹം സ്വീകരിക്കുകയും ചെയ്തതോടെ ഇന്ത്യയുടെ അഭിമാനത്തിന് ഏറ്റവും കടുത്ത ക്ഷതമേറ്റു.

ഈ ദേശീയമാനഹാനിയിൽനിന്ന് രക്ഷപ്പെടാൻ ഇപ്പോഴും ചില വഴികൾ ഇല്ലാതില്ല. പക്ഷേ, ഇന്ത്യാ ഗവൺമെന്റ് പതിവുപോലെ ഇക്കാര്യത്തിലും അടിയന്തിരമായ ശ്രദ്ധ ചെലുത്തുന്നതിൽ പരാജയപ്പെട്ടിരിക്കുന്നു. ഈ അടിയേറ്റപ്പോൾ പ്രതികരിച്ചത് ഒന്നുരണ്ട് കേന്ദ്രസെക്രട്ടറിമാരും കോൺഗ്രസിന്റെ വക്താക്കളുമാണ്. അഭിപ്രായം പറയേണ്ടവരുടെ കടമ ഇതുകൊണ്ട് മായ്ചുകളയാനാകുമോ!

എത്രയോ വർഷങ്ങളായി ഇന്ത്യയുടെ ഏറ്റവും പേരുകേട്ട ചിത്രകലാകാരൻ, ഇംഗ്ലണ്ടിലും അറബിനാടുകളിലും മറ്റുമായി, സ്ഥിരതയില്ലാത്ത ഒരു നിസ്സഹായജീവിതം നയിക്കേണ്ടിവന്നിരിക്കുന്നു. ഹുസ്സൈൻ. സ്വന്തം നാട്ടിൽ നിന്ന് അത്തരമൊരാൾ അത്യന്തം ബഹിഷ്കൃതനാവുക എന്നത് ഗുരുതരമായ അകൃത്യമാണ്. വികാരസാന്ദ്രമായ ഹൃദയമുള്ള ഒരു കലാകാരന് ഭരണനിപുണന്മാരായ നേതാക്കളെപ്പോലെ താങ്ങാൻ സാധിക്കുന്ന ഒരു ദുരന്തമല്ല ഇത്. ഈ നാട്ടിൽ കനകസിംഹാസനത്തിൽ ഇരുത്തി ബഹുമാനിക്കേണ്ട ഒരു പ്രതിഭാശാലിയെ അശ്വത്ഥാമാവിനെപ്പോലെ അലഞ്ഞുനടക്കുന്ന ദുർവിധിയിൽ വലിച്ചെറിഞ്ഞ ഇന്ത്യാ ഗവൺമെന്റ് ഹുസൈനോടല്ല, കലയോടും കലയോട് ഇന്ത്യ പുലർത്തി

പ്പോന്നിരുന്ന ഉദാരമായ മനോഭാവത്തോടുമാണ് അനീതി കാട്ടിയിരിക്കുന്നത്. ആധുനികഭാരതത്തിന്റെ മുഖത്ത് വന്നുവീണ ഏറ്റവും വൃത്തികെട്ട ഒരു കളങ്കമാണ് ഇത്.

സ്വാതന്ത്ര്യസമരകാലത്ത് ചില വ്യക്തികളെ ബ്രിട്ടൻ ഇന്ത്യയിൽ നിന്ന് രാജ്യഭ്രഷ്ടരാക്കിയ കഥകൾ നാം കേട്ടിട്ടുണ്ട്. ഇരുപതാം നൂറ്റാണ്ടിന്റെ ആരംഭത്തിൽ തിരുവിതാംകൂർ രാജാവ് ഒരു ദിവാനെ വിമർശിച്ചതിന്റെ പേരിൽ പ്രസിദ്ധ പത്രപ്രവർത്തകനായ സ്വദേശാഭിമാനി കെ രാമകൃഷ്ണപിള്ളയെ നാടുകടത്തുകയുണ്ടായി. ഇതൊക്കെ നടന്നത് സ്വേച്ഛാധിപത്യം വിളയാടിയ നാളുകളിലാണ്. അവ ഇനി മടങ്ങിവരാത്ത വിധത്തിൽ അപ്രത്യക്ഷമായെന്നാണല്ലോ നാമെല്ലാം വിശ്വസിച്ചു പോരുന്നത്.

പക്ഷേ, അവ അങ്ങനെ തീർത്തും അസ്തമിച്ചിട്ടില്ല എന്നൊരവസ്ഥയാണ് ഇന്ന് നാം കാണുന്നത്. സ്വതന്ത്രവും ജനാധിപത്യം വാഴുന്നതുമായ ഒരു രാഷ്ട്രമാണ് ഇന്ന് ഇന്ത്യ. ഇവിടെ ഹുസൈന്റെ കാര്യത്തിൽ നടന്നത് വളരെ വിചിത്രമാണ്. ഇന്ത്യാഗവൺമെന്റിന് ഹുസൈനോട് ഒരു വിരോധവുമില്ല. ഇന്ത്യയിൽ ഒരു വർഗ്ഗീയവിഭാഗത്തിലെ തീവ്രവാദികൾക്കു മാത്രമാണ് ഹുസൈന്റെ ചിത്രകലയോട് എതിർപ്പുള്ളത്. ഇന്ത്യയിലെ ജനങ്ങളാവട്ടെ ഭരണകൂടമാവട്ടെ പ്രധാന രാഷ്ട്രീയ കക്ഷികളാവട്ടെ, അദ്ദേഹത്തെ നിഷേധിക്കുകയോ എതിർക്കുകയോ ചെയ്തിട്ടില്ല.

എന്നിട്ടും ആ കലാകാരന് ഇന്ത്യയിൽ പാർക്കാനാവാത്ത പ്രതികൂലസാഹചര്യങ്ങൾ ഇവിടെ ഉടലെടുത്തത് എങ്ങനെ? ഇന്ത്യ എന്ന മഹാരാഷ്ട്രത്തിലെ ഒരു കോണിൽ നിന്ന് ഒരു കുറുക്കൻ ഓരിയിടുമ്പോഴൊക്കെ നാടുമുഴുവൻ പേടിക്കേണ്ട കാര്യമുണ്ടോ? ആ ഒച്ച കേട്ട് ഒട്ടും ഭയപ്പെടേണ്ടെന്നുള്ള ധൈര്യം പ്രദർശിപ്പിക്കാൻ തക്ക സമയത്ത് ഗവൺമെന്റിന് സാധിച്ചില്ല. അപൂർവ്വം ചിലർക്ക് ഇഷ്ടപ്പെടാത്തതിനാൽ ഒരു കലാകാരനെ ഇന്ത്യ ഉപേക്ഷിച്ച സ്ഥിതിയാണ് ഇന്ന് നാം നേരിടുന്നത്. ഏതുനിലയ്ക്കും ഇത് നമ്മുടെ അന്തസ്സ് കെടുത്തുന്ന ഒരു സംഭവവികാസമായിപ്പോയി.

ഇന്ത്യയിലെ പ്രമുഖ കലാകാരന്മാരെല്ലാം ഗവൺമെന്റിന്റെ ഈ അർദ്ധമനസ്കമായ നട്ടെല്ലില്ലായ്മയിൽ അസംതൃപ്തരാണ്. ഈ ഭീഷണി ഉയർത്തിയവരെ തടയുവാനും ഗവൺമെന്റിന് കഴിഞ്ഞില്ല. ഇത് നാണക്കേടാണെന്ന് ശ്യാം ബനഗൽ തുടങ്ങിയ കലാകാരന്മാർ പറയുന്നു. ഇത്ര ചെറിയൊരു കാര്യത്തിൽപ്പോലും ഇടപെട്ട് കലാകാരന്മാർക്ക് സുരക്ഷിതത്വമുള്ള രാജ്യമാണ് ഇന്ത്യയെന്ന് ലോകത്തെ ബോദ്ധ്യപ്പെടുത്താൻ ലഭിച്ച അവസരം നാം കളഞ്ഞുകുളിച്ചു. ഇപ്പോഴും ഇതിൽ ഉറച്ച തീരുമാനം എടുക്കാനാവാതെ 'അഴകൊഴമ്പൻ' നയം തുടരുവാനേ ഇന്ത്യക്ക് കഴിയുന്നുള്ളു.

ഇന്ത്യയുടെ ഈ മാനസിക ദൗർബല്യം പൊതുവിൽ ഇന്ന് ലോക

രാഷ്ട്രങ്ങൾ, വലുതും ചെറുതും ഒരുപോലെ മനസ്സിലാക്കിയിട്ടുണ്ട്. ഓസ്ട്രേലിയയിൽ ഇന്ത്യക്കാർക്കെതിരെ പരക്കെ ഉയർന്നുകാണുന്ന അക്രമവും മറ്റും നയതന്ത്രമാർഗ്ഗങ്ങൾ ഉപയോഗിച്ച് അവസാനിപ്പിക്കുവാനുള്ള കരുത്ത് ഇതുവരെ ലോകത്തിന് കാണിച്ചുകൊടുക്കാൻ ഇന്ത്യക്ക് ആയിട്ടില്ല. നമ്മെ ഉറ്റുനോക്കുന്ന വിദേശനേത്രങ്ങൾ ഈ ഹുസൈൻ സംഭവവും സൂക്ഷിച്ച് നിരീക്ഷിക്കുന്നുണ്ടാവുമല്ലോ.

ഹുസൈന് ഇനി ജീവിതത്തിൽ വലിയ കളങ്കങ്ങൾ ഉണ്ടാകാൻ വഴിയില്ല ഈ സംഭവം കൊണ്ട്. പക്ഷേ, നാം ഇതുമൂലം നമുക്ക് വരുത്തിവച്ചിരിക്കുന്ന അവമതിയും വിലയിടിവും പരിഹരിക്കുക എളുപ്പമല്ല.

എന്താണ് ഹുസൈൻ ആ വർഗ്ഗീയ കക്ഷിക്ക് പൊറുക്കാനാവാത്ത വിധത്തിൽ വരുത്തിക്കൂട്ടിയ തെറ്റ്? അദ്ദേഹം ഹിന്ദുദൈവങ്ങളെ ചിത്രീകരിച്ചത് 'സമുദായത്തിന്റെ വികാരങ്ങളെ വ്രണപ്പെടുത്തുന്ന രീതിയിൽ ആണത്രേ. ഇവിടെ ഒരുപാട് ചോദ്യങ്ങൾ ഉയർന്നുവരുന്നു. ഹിന്ദുക്കളിൽ ഭൂരിഭാഗവും ഹുസൈന്റെ ചിത്രങ്ങൾ പുറത്തുവരുന്നത് ഹിന്ദുമതത്തിന് ദോഷകരമാണെന്ന് കരുതുന്നുണ്ടോ? ഈ വർഗ്ഗീയവിഭാഗത്തിന് ഹിന്ദുക്കളുടെ ഭൂരിപക്ഷത്തിന്റെ പ്രാതിനിധ്യം ഉണ്ടോ? അവർക്ക് ഇന്ത്യക്കാരിൽ ഭൂരിപക്ഷത്തിന്റെ പേരിലോ ഹിന്ദുക്കളിൽ ഭൂരിപക്ഷത്തിന്റെ പേരിലോ സംസാരിക്കാൻ ഒരു അധികാരവും അവകാശവുമില്ല. ഇന്ത്യയിൽ അവർക്ക് ഒരു ശതമാനം അനുയായികൾ പോലും ഇല്ലെന്ന് പറയാം. ഇവർ ഭൂരിപക്ഷത്തിനുവേണ്ടി സംസാരിക്കുന്നത് അംഗീകരിക്കാനാവില്ല. ഹിന്ദുഭൂരിപക്ഷം ഇങ്ങനെയൊരു അവകാശവാദം വേറെ ഒരു വഴിക്കും ഉന്നയിച്ചിട്ടില്ല.

മുംബൈയിൽ ഇതിനിടെ ഹിന്ദിസിനിമ പ്രദർശിപ്പിക്കരുതെന്ന് പറഞ്ഞ ഇതേ വർഗ്ഗീയവിഭാഗം ഒരു പ്രക്ഷോഭം ഉയർത്തിയല്ലോ എന്തായി? അത് പരാജയപ്പെട്ട് പിൻവാങ്ങി. മുംബൈ സിനിമാശാലകളിൽ ഹിന്ദി ചിത്രങ്ങൾ ഒരു തടസ്സവുമില്ലാതെ ഓടിക്കൊണ്ടിരിക്കുന്നു.

അതിനാൽ ഹുസൈൻ ഓടേണ്ടിയിരുന്നില്ല. ഗവൺമെന്റിന് പ്രതിഷേധക്കാരെ ഓടിക്കാൻ സാധിക്കേണ്ടതായിരുന്നു.

ചിത്രകാരൻ പുരാണദേവതകളെ വികൃതമായി ചിത്രീകരിച്ചുവെന്നാണല്ലോ ആക്ഷേപം. 'വികാരം വ്രണപ്പെടുത്തൽ' ഇതിനെ മൂർച്ഛിപ്പിക്കാൻ ഉപയോഗിച്ചുവരുന്ന ശൈലിയാണ്. ഹിന്ദുദൈവങ്ങളെ നാനാരീതിയിൽ വികൃതമായി അവതരിപ്പിച്ചതിൽ ഒന്നാം സ്ഥാനം നേടുക ക്ഷേത്രഭിത്തികളിലും മറ്റും കൊത്തിവച്ച് ശില്പങ്ങളും ആലേഖനം ചെയ്ത ചിത്രങ്ങളും ആണ്. പരിശീലനമില്ലാത്ത സാധാരണക്കാരന് വിരൂപമെന്ന് തോന്നാവുന്ന അസാധാരണ ചിത്രീകരണത്തെ അസുന്ദരമെന്നല്ല പറയേണ്ടത്. പ്രതിരൂപാത്മകം (സിംബോളിക്) എന്നാണ്. പ്രതിരൂപാത്മകമായ ചിത്രീകരണം പ്രത്യക്ഷത്തിൽ യഥാർത്ഥമായ ചിത്രീകരണമല്ല. അതിൽ പലതരം കൂട്ടലും കിഴിക്കലും വളയ്ക്കലും എല്ലാം കാണും. കാളി, ദുർഗ്ഗ, ഗണപതി തുടങ്ങിയ ദൈവങ്ങൾ പണ്ടേ ശില്പികളുടെ

വിചിത്രഭാവനകളുടെ കേളീരംഗങ്ങളാണ്. കൊണാർക്കിലും അജന്തയിലും മറ്റും കാണുന്ന ശില്പങ്ങൾ ലൗകികമായ നോട്ടത്തിൽ ഒരിക്കലും പാസാവുകയില്ല. അവയുടെ നേരെ പ്രതിഷേധം ഇല്ലല്ലോ. ആ സമബുദ്ധി ഇവിടെ നന്മ തുടങ്ങുന്ന സത്യം.

നമ്മുടെ കണ്ണിൽ ഇമ്പം തരുന്ന ചിത്രങ്ങൾ നമുക്ക് നല്കിയത് രാജാരവിവർമ്മയാണ്. പക്ഷേ അദ്ദേഹത്തിന്റെ രീതി തികച്ചും ഭാരതീയമല്ല. കുറേ പാശ്ചാത്യ സങ്കേതങ്ങൾ രവിവർമ്മ ഉപയോഗിച്ചതുകൊണ്ട് ആ ചിത്രങ്ങൾ വികൃതമെന്ന് ആരും പറയുന്നില്ല. പക്ഷേ ഭാരതീയമോ ഹൈന്ദവമോ ആയ രീതി ഉപേക്ഷിച്ച കലാകാരനാണ് രാജരവിവർമ്മ. ആ കലാസൃഷ്ടികൾ സ്വാഗതം ചെയ്യപ്പെടുമ്പോൾ ഹുസൈൻ എതിർക്കപ്പെടുന്നു. രാജാരവിവർമ്മയെപ്പോലെ എല്ലാ കലാകാരന്മാരും പറയാൻ തുടങ്ങിയാൽ ഇന്ത്യൻ ചിത്രകലയുടെ അവസാനമായിരിക്കും അത്.

ഈ വർഗ്ഗീയവാദികൾക്ക് യഥാർത്ഥ ഹൈന്ദവത എന്തെന്ന് അറിയുമെന്നു നിങ്ങൾ കരുതുന്നുണ്ടോ? ഇവയ്ക്ക് കല എന്താണെന്നും ധാരണയില്ല.

2010 മാർച്ച്

ഖാദിയെയും കൈവെടിഞ്ഞോ?

നമ്മുടെ പ്രതിരോധമന്ത്രി ശ്രീ എ കെ ആന്റണി ഇതിനിടെ കേരളത്തിൽ വന്നപ്പോൾ കോൺഗ്രസിന്റെ വിദ്യാർത്ഥി സംഘടനയായ കെ എസ് യു പ്രവർത്തകരോട് നമുക്ക് വിശ്വസിക്കാൻ വയ്യാത്ത തരത്തിൽ അസാധാരണവും മുമ്പൊന്നും ആരും പറഞ്ഞുകേട്ടിട്ടില്ലാത്തതുമായ ഒരു ഉപദേശം പറയുകയുണ്ടായി: "നിങ്ങൾ കോൺഗ്രസിന്റെ ഇപ്പോഴത്തെ നേതാക്കളെപ്പോലെയാകരുത്."

തന്നെക്കൂടി ഉൾപ്പെടുത്തിയാണ് അദ്ദേഹം അപ്പറഞ്ഞത് എന്ന് വ്യക്തമാണ്. തങ്ങളാരും പുതിയ യുവ കോൺഗ്രസുകാർക്ക് അനുകരണീയരായ മാതൃകകളല്ല എന്നാണ് അദ്ദേഹം ഉദ്ദേശിച്ചത്. വാസ്തവത്തിൽ കോൺഗ്രസ് നേതൃത്വത്തിനെതിരെ പറയാവുന്ന ഏറ്റവും കഠോരമായ വിമർശനമാണ് അത്. അവരെപ്പോലെ നിങ്ങളും ആയിത്തീർന്നാൽ കോൺഗ്രസിന്റെ ഭാവി പൂർണ്ണമായി നശിക്കും എന്ന ഉറച്ച വിശ്വാസത്തിൽ നിന്നല്ലാതെ അങ്ങനെയൊരു സർവ്വസ്പർശിയായ കുറ്റപ്പെടുത്തൽ ഒരു കോൺഗ്രസ് നേതാവിൽനിന്ന് പുറത്തുവരില്ലല്ലോ. അതും എ കെ ആന്റണിയിൽനിന്ന്.

കോൺഗ്രസിന്റെ കേരളനേതൃത്വത്തിന് മാത്രമല്ല, അഖിലേന്ത്യാനേതൃത്വത്തിനും കൊള്ളുന്ന ഒരു ആരോപണമാണ് ഇത്. എല്ലാ നേതാക്കളും കോൺഗ്രസിനെ നയിക്കാൻ പറ്റാത്തവരായിരിക്കുന്നു എന്ന് ചുരുക്കം. കെ എസ് യുവിലെ ചെറുപ്പക്കാർ ഇപ്പോഴത്തെ കെ പി സി സി പ്രസിഡന്റിനെയും പ്രതിപക്ഷ നേതാവിനെയും കേന്ദ്രമന്ത്രിമാരെയും 'മോഡലുകൾ' ആയി സ്വീകരിക്കരുതേ എന്ന പ്രാർത്ഥനയാണ് പ്രതിരോധമന്ത്രിയുടെ പ്രസംഗത്തിന്റെ അടിയിൽ മുഴങ്ങുന്നത്. കോൺഗ്രസിന്റെ അധഃപതനഹേതുക്കളായ ദുഷ്ടശക്തികളെ പ്രതി

രോധിക്കുക എന്ന കൃത്യം ഏറ്റെടുത്ത് സംസാരിച്ച നമ്മുടെ പ്രതിരോധമന്ത്രിയെ എത്ര അഭിനന്ദിച്ചാലും അധികമാവില്ല.

പ്രതിപക്ഷങ്ങളിൽപ്പെട്ട ഒരു നേതാവും ഇത്ര കടുത്ത സ്വരത്തിൽ കോൺഗ്രസിന്റെ ഇന്നത്തെ ദുരവസ്ഥയെക്കുറിച്ച് ഇത്ര പച്ചയായി പറഞ്ഞതായിയോർക്കുന്നില്ല. മറ്റൊരു കക്ഷിയുടെ ഒറ്റയൊറ്റ പ്രവൃത്തികളെയോ നയപരിപാടികളെയോ വിമർശിക്കുമ്പോൾ നിർദ്ദയമായ ഭാഷ പ്രതിപക്ഷം ഉപയോഗിക്കും. എന്നാൽ കക്ഷി ആകെ കൊള്ളരുതാത്തതാണെന്ന് അവർ പറയില്ല. അങ്ങനെ പറയേണ്ടിവന്നാൽ ഭാഷ അല്പം മയപ്പെടുത്തിയിട്ടായിരിക്കും പ്രയോഗിക്കുക. കോൺഗ്രസിനെ കർക്കശമായി വിമർശിക്കുന്ന ഒരു വ്യക്തിയാണ് ഈ ലേഖകൻ. ഭാഷ മയപ്പെടുത്താറില്ല. കാരണം, പഴയ കോൺഗ്രസിന്റെ ആദർശവസന്തകാലത്തിന്റെ മേന്മയും മഹിമയും അനുഭവിച്ച കൂട്ടത്തിൽപ്പെടുന്ന ആളാണ് ഞാൻ. കാശ്മീരം തൊട്ട് കന്യാകുമാരി വരെ അധികാരത്തിന്റെ സൗകര്യങ്ങൾ ഉപയോഗിച്ച് അഴിമതിയും ഇഷ്ടജനസേവയും നടത്തി അത് രാഷ്ട്രീയ കക്ഷികളുടെ ദേശീയ പരിപാടിയായി ഉയർത്തിക്കാട്ടിയത് കോൺഗ്രസാണ്. പാവങ്ങളുടെ നാവായി ശബ്ദിക്കാൻ ഇന്ന് കോൺഗ്രസുകാരെ കിട്ടുകയില്ല. വിദ്യാഭ്യാസവിഷയത്തിൽ സ്കൂൾ മാനേജർമാർക്കുവേണ്ടിയും വ്യവസായവാണിജ്യാദികളിൽ ഉടമകൾക്കുവേണ്ടിയും വിദേശനയത്തിൽ അമേരിക്കയ്ക്കുവേണ്ടിയും ചാഞ്ഞുകൊടുക്കാൻ കോൺഗ്രസിന് ഒരു പ്രയാസവുമില്ല.

കോൺഗ്രസിലെ പഴയ തലമുറ ഇന്ന് ഏറെക്കുറെ അവസാനിച്ചു തീരാറായി. നെഹ്റുവിന്റെ സോഷ്യലിസ്റ്റ് പാരമ്പര്യവും ഗാന്ധിജിയുടെ ദരിദ്രസേവനപാരമ്പര്യവും ഇന്ന് കോൺഗ്രസിന് പുരാവസ്തുക്കളായി മാറിയിരിക്കുന്നു. ഭരണഘടനയിൽ സമത്വാധിഷ്ഠിതമായ ഒരു സമൂഹക്രമത്തിന്റെ രേഖാചിത്രം തെളിഞ്ഞുകിടക്കുന്നു. പക്ഷേ, സമത്വം എന്ന വാക്ക് ഉച്ചരിക്കുന്ന കോൺഗ്രസുകാർ ഇന്നുണ്ടെന്ന് തോന്നുന്നില്ല. സമത്വത്തിന്റെ പകർപ്പവകാശം കമ്യൂണിസ്റ്റ് കക്ഷികൾക്ക് അവർ വിട്ടുകൊടുത്തിരിക്കുകയാണ്. ഇത്തരമൊരു ഇരുട്ട് മൂടിയ കക്ഷിയെ സഹാനുഭൂതിയോടെ വിമർശിക്കുക സാദ്ധ്യമല്ല. അതാണ് എന്നെപ്പോലെയുള്ളവർ മയവും മാർദ്ദവവും ഇല്ലാതെ എതിർക്കാൻ കാരണം. ഈ എതിർപ്പ് കോൺഗ്രസുകാരെ നല്ലപോലെ കുപിതരും അന്യരും ആക്കിയതുപോലെ തോന്നുന്നു. ഇപ്പോൾ അംഗങ്ങളായുള്ള കോൺഗ്രസ് പാർട്ടിയെയല്ലാതെ മറ്റൊരു തരം വ്യത്യസ്തമായ കോൺഗ്രസിനെ സ്വപ്നത്തിൽപ്പോലും ഭാവന ചെയ്യാൻ അവർക്കു വയ്യ. അതുകൊണ്ട് എന്നെപ്പോലുള്ളവരുടെ എതിർപ്പിന്റെ ഉള്ളിലുള്ള സത്യം എന്തെന്ന് മനസ്സിലാക്കുക അവർക്ക് എളുപ്പമല്ല. ഞാൻ കണ്ട കേളപ്പനെയും സി കെ ഗോവിന്ദൻ നായരെയും പോലുള്ള ഒരു കോൺഗ്രസ് നേതാവിനെ ഇക്കാലത്ത് കണ്ടുകിട്ടുക സാദ്ധ്യമല്ലതാനും. ഇപ്പോഴത്തെ കോൺ

ഗ്രസുകാർ കോൺഗ്രസുകാരാണെന്നത് സാങ്കേതികമായി ശരിയാണെങ്കിലും പഴയ കോൺഗ്രസ് ഇപ്പോഴത്തെ കോൺഗ്രസ് അല്ലതന്നെ.

ഗംഗ പരിശുദ്ധമാണ് എന്ന് പറയുന്നതിൽ ഇപ്പോൾ സത്യത്തിന്റെ കണിക പോലുമില്ല. ഭഗീരഥന്റെ കാലത്തെ ദേവഗംഗ പരിശുദ്ധ നദിയായിരുന്നിരിക്കാം. ഇന്ന് അത് അഴുക്കും സമസ്തമാലിന്യങ്ങളും നിറഞ്ഞൊഴുകുന്ന വിഷധാരയാണ്. കോൺഗ്രസ് ഇതുപോലെയായിരിക്കുന്നു. ഇപ്പോൾ അതിൽ ജീവിക്കുന്ന മത്സ്യങ്ങൾക്ക് പഴയ ദേവപ്രവാഹത്തിന്റെ ഗുണം എന്തായിരുന്നുവെന്ന് മനസ്സിലാകില്ല.

പഴയ കോൺഗ്രസിന്റെ മഹത്ത്വങ്ങളിൽ ഒന്ന് - പ്രധാനപ്പെട്ട ഒന്ന് - മഹാത്മജിയുടെ ആദർശങ്ങളോടുള്ള അതിന്റെ പ്രതിബദ്ധതയായിരുന്നു. ജനങ്ങൾക്കിടയിൽ കോൺഗ്രസുകാർ ആദരണീയരായിത്തീർന്നത് ഈ പ്രതിഫലനശക്തികൊണ്ടാണ്. നമ്മുടെ ഭരണഘടനയുടെ മഹിമ ഇതാണ്. എല്ലാവർക്കും തുല്യനീതി. പാവപ്പെട്ടവന്റെ ഉദ്ധാരണവും സമത്വസ്ഥാപനവും, വികേന്ദ്രീകരണം, മദ്യനിരോധനം തുടങ്ങിയവയുടെ സാക്ഷാൽക്കരമാണ് ഭരണഘടന ലക്ഷ്യമാക്കുന്നത്.

ഖാദി അങ്ങനെയൊരു ആശയമായിരുന്നു. ഖാദി ധരിക്കാത്ത കോൺഗ്രസുകാർ അന്നുണ്ടായിരുന്നില്ല. അവർക്ക് തക്ലിയിലും ചർക്കയിലും നൂൽ നൂല്ക്കാനും അറിയാമായിരുന്നു. ഖാദി സ്വാതന്ത്ര്യസമരത്തിന്റെ യൂണിഫോം ആണെന്ന് ഗാന്ധിജി പ്രഖ്യാപിച്ചു. ഗാന്ധിജി ഗ്രാമങ്ങളുടെയും കർഷകന്റെയും അഭ്യുദയത്തിനുവേണ്ടി ധാരാളം പരിപാടികൾ ആവിഷ്കരിച്ചു. ഇന്ന് അവയെന്തെന്ന് കോൺഗ്രസ് നേതൃത്വം പോലും മറന്നുപോയി. ഖദർ ധരിക്കാത്ത കോൺഗ്രസുകാർ ധാരാളം. ധരിക്കുന്നവർ പോലും ഒരു ചടങ്ങ് എന്ന നിലയിൽ മാത്രമാണ് അതു ചെയ്യുന്നത്. ഇതിനിടെ ഇടതുഭരണത്തിലെ വ്യവസായമന്ത്രി ഖാദിയുടെ അംബാസിഡറായി മോഹൻലാൽ എന്ന സിനിമാനടനെ നിശ്ചയിക്കുന്നുവെന്ന് പ്രസ്താവിക്കുകയുണ്ടായി. കാര്യമായ എതിർപ്പ് ഉയർന്നില്ല. ഗാന്ധിജിയുടെ ജീവിതലക്ഷ്യമായിരുന്ന മദ്യനിരോധനത്തിനെതിരായി മദ്യപ്രചാരകനായി കഴിയുന്ന ഒരു സിനിമാക്കാരനെ ഗാന്ധിജിയുടെ സമരായുധമായിരുന്ന ഖദറിന്റെ പ്രചരണത്തിന് നിയോഗിക്കുന്നത് ദൈവനിന്ദയാണെന്ന് എനിക്കു തോന്നി. ഞാൻ ഇടതടവില്ലാതെ ഈ ഉദ്ദേശ്യത്തെ എതിർത്തു. ഭാഗ്യത്തിന് എന്നു പറയട്ടെ, ഇടതുപക്ഷം ഈ ഗാന്ധിവിരുദ്ധ നടപടിയുടെ പിശക് യഥാസമയം മനസ്സിലാക്കി. നടൻ മോഹൻലാൽ അംബാസിഡറായി അവരോധിക്കപ്പെട്ടെങ്കിലും കൈത്തറി അംബാസഡർ ആണ് അദ്ദേഹം. ഖാദിയെ ഗവൺമെന്റ് ഒഴിവാക്കി - 'ഗാന്ധിജിയെ വിട്ടുതരണം' എന്നായിരുന്നു എന്റെ അഭ്യർത്ഥന. അത് സഫലമായി. ഗവൺമെന്റ് അനുമോദനം അർഹിക്കുന്നു. ഗാന്ധിജിയുടെ പേരിൽ സർവ്വോദയ സംഘം, ഗാന്ധി പീസ് ഫൗണ്ടേഷൻ, സർവ്വസേവാസംഘം തുടങ്ങി എന്തെല്ലാം ലേബലുകളിൽ ഗാന്ധിയൻ പ്രസ്ഥാനങ്ങൾ പ്രവർത്തിക്കുന്നില്ല! ഒരെണ്ണം എതിർപ്പായി രംഗ

ത്തുവന്നില്ല. കാര്യമായ പ്രതിഷേധം ഉയർത്താൻ അവർക്ക് സാധിച്ചില്ല. അവരിൽ നിന്ന് ഗാന്ധിജി പുറത്തുകടന്നിട്ട് കാലമേറെയായെന്ന് കരുതണം.

എന്നെ ആശ്ചര്യപ്പെടുത്തിയത് ഒരു ദുർബ്ബല വിഭാഗത്തിന്റെ മൗനമല്ല, കേരളത്തിലെ പ്രതിപക്ഷത്തിന്റെ മുന്നിലുള്ള ഇന്ത്യൻ നാഷണൽ കോൺഗ്രസിന്റെ മൗനമാണ്. ഇടതു ഗവൺമെന്റിനെ തല്ലാൻ വടി അന്വേഷിച്ചു നടക്കുന്ന ഈ പ്രതിപക്ഷം, ഗാന്ധിനിന്ദ എന്ന ഇരുമ്പു വടി കൈയിൽ കിട്ടിയിട്ടും അതെടുത്ത് ഗവൺമെന്റിനെതിരെ ആഞ്ഞടിച്ചില്ല. ഗാന്ധിജിയോടുള്ള പശ്ചാത്താപപ്രകടനവും ആയേനേ അത്. പക്ഷേ, അവർ എതിർപ്പിൽനിന്ന് മാറിനിന്നു. ഇടതുമുന്നണിയുടെ നിസ്സാരമായ തെറ്റുകൾപോലും പർവ്വതീകരിച്ചുകൊണ്ട് നിരന്തരം പ്രസംഗിച്ചു നടക്കുന്ന ഒരൊറ്റ നേതാവും മദ്യപ്രചാരകനായ ഒരു സിനിമാനടനെ ഖാദിയെ പരിപോഷിപ്പിക്കാൻ, മുമ്പൊന്നുമുണ്ടായിട്ടില്ലാത്ത ഒരു ഔദ്യോഗിക പദവി സൃഷ്ടിച്ച് ഖാദി പ്രചാരണത്തിന്റെ മേൽശാന്തിയാക്കിയപ്പോൾ, എതിരു പറയാൻ മുന്നോട്ടു വന്നില്ല. ധർമ്മം അനുഷ്ഠിക്കുവാൻ ഭീരുക്കൾക്ക് സാധിക്കുകയില്ല. ആദർശഭ്രംശം കൊണ്ട് ഈ വൻവീഴ്ചയിൽ സ്വസ്ഥമായി കിടക്കുകയാണ് കോൺഗ്രസ്. മദ്യപാനം ചെയ്യുന്നവരെ പുറത്താക്കണം എന്ന നയം നടപ്പിലാക്കിയാൽ കോൺഗ്രസിൽ എത്ര ശതമാനം അംഗങ്ങൾ ശേഷിച്ചിരിക്കും? അതുപോലെ ഖാദി ഉപയോഗിക്കാത്തവരെ ബഹിഷ്കരിക്കാൻ തുടങ്ങിയാലും കോൺഗ്രസ് ജനസംഖ്യ ഗണ്യമായി കുറയും. അതിനാൽ ഖാദി പ്രചരണത്തിന് ഒരു മദ്യപ്രേമിയേ ഔദ്യോഗികമായി നിയമിച്ചത് കേരളത്തിൽ ഒരു പ്രശ്നമല്ലാതായിത്തീർന്നു.

ഗവൺമെന്റ് തെറ്റുതിരുത്തി ഖാദിക്ക് ഇങ്ങനെയൊരു അംബാസഡർ ആവശ്യമില്ലെന്ന് തീരുമാനിച്ചപ്പോൾ കോൺഗ്രസിന് അത് രസിച്ചിരിക്കാനിടയില്ല. മദ്യം ഒരു സുഖവും ഖാദി ഒരു പൊല്ലാപ്പും ആയി കരുതിവരുന്ന കോൺഗ്രസുകാർ ഈ പ്രശ്നം വന്നപ്പോൾ കണ്ണടച്ചിരുന്നു. ഗാന്ധിജിയെ അവഹേളിക്കുന്നവരുടെ കൂട്ടത്തിൽ കോൺഗ്രസ് ഇടം നേടിക്കഴിഞ്ഞു.

ഗാന്ധിജയന്തി കൊണ്ടാടുന്ന കോൺഗ്രസ് കമ്മിറ്റികൾ വളരെ കുറവാണ്. ഒക്ടോബർ രണ്ടിന് കോൺഗ്രസ് കലണ്ടറിൽ സ്ഥാനമില്ല. ഗാന്ധിജിയിൽ നിന്ന് അകലുമ്പോൾ അറിയാതെ അടുക്കുന്നത് ഗോഡ്സെയോട് ആയിരിക്കും എന്നു ഇവർ മറന്നുപോകുന്നു.

ഗോഡ്സെ മഹാത്മാവായി അവരോധിക്കപ്പെടുന്ന കാലം അതിവിദൂരമല്ല എന്ന് എനിക്ക് തോന്നുന്നു! ഈ പോക്ക് അവിടെ നമ്മെ എത്തിക്കും!

2010 ജൂൺ

ഒരു പുതിയ ബ്രഹ്മാസ്ത്രമോ?

ബ്രഹ്മോസ് എന്നു കേട്ടാൽ സാധാരണക്കാരായ ഇന്ത്യക്കാരനെ പരിഭ്രമമല്ലാതെ മറ്റൊന്നും തോന്നാൻ വഴിയില്ല. എങ്കിലും ബ്രഹ്മോസിന്റെ പേരിൽ ഇന്ത്യ മുഴുവൻ ആഹ്ലാദാഭിമാനങ്ങളുടെ നെറുകയിലെത്തിയിരിക്കുകയാണെന്നുവേണം പറയാൻ. നമ്മുടെ പത്രമാധ്യമങ്ങളെ വിശ്വസിക്കുകയാണെങ്കിൽ വാർത്തയിലും മുഖപ്രസംഗത്തിലും ഒക്കെ തകർത്താഘോഷിക്കുകയാണ് ഈ ആയുധപ്രക്ഷേപണം. പുതിയൊരു ബ്രഹ്മാസ്ത്രമാണിതെന്നു പറഞ്ഞ് ബ്രഹ്മോസിനെ ജനങ്ങളുടെ ബോധസീമയിലേക്ക് എത്തിക്കാൻ ശ്രമിക്കട്ടെ. പുരാണങ്ങളിൽ എതിരില്ലാത്ത അന്തിമായുധമെന്ന നിലയ്ക്കാണി ബ്രഹ്മാസ്ത്രം വർണ്ണിക്കപ്പെട്ടിരിക്കുന്നത്. ബ്രഹ്മോസിന്റെ അവതാരകന്മാരുടെ വാക്കുകൾ ആ പ്രതീതിയാണ് നമുക്ക് നല്കുന്നത്. ബ്രഹ്മോസ് വിശേഷങ്ങൾ ഇവയൊക്കെയാണത്രേ: ഇളകുന്ന കപ്പലിൽ നിന്ന് നേരെ കുത്തനെ ഉയർന്ന് 269 കിലോമീറ്റർ അകലംവരെയുള്ള ലക്ഷ്യങ്ങൾ എന്തും വേധിക്കാൻ കഴിയുന്ന സംഹാരശക്തിയോടുകൂടിയ ഒരു പ്രതിരോധശസ്ത്രം (മിസൈൽ) ആണ് ബ്രഹ്മോസ്, (ഈ വാക്ക് എങ്ങനെ ഉണ്ടായെന്ന് മനസ്സിലായില്ല). ഇന്ത്യയുടെ ഒരു ദേശരക്ഷാ ഗവേഷണപ്രസ്ഥാപനവും റഷ്യയിലെ ഒരു മിസൈൽ സ്ഥാപനവും കൂട്ടായുള്ള ഉദ്യമമാണ് ഇത്. പക്ഷേ, തയ്യാറാക്കി പ്രയോഗിച്ചത് ഒരു സ്വകാര്യ കമ്പനിയാണ്. അവരുടെ 22-ാമത്തെ വിക്ഷേപണമാണ്. ഈ ശസ്ത്രം ശബ്ദത്തിന്റെ വേഗത്തേക്കാൾ സഞ്ചരിക്കും. ബ്രഹ്മാസ്ത്രത്തെപ്പറ്റി പൗരാണികർ ഉപയോഗിച്ച അതേ വാക്കുകളാണ് ഇതിനെപ്പറ്റി ഇപ്പോൾ ശാസ്ത്രജ്ഞരും ഉപയോഗിക്കുന്നത്. 'അതിഭയങ്കരവും അതുല്യവും' എന്നൊക്കെ. ചെന്നൈ കടപ്പുറത്ത് രൺവീർ എന്ന മുങ്ങിക്കപ്പലിൽ നിന്ന് പ്രക്ഷേപിക്കപ്പെട്ട ബ്രഹ്മോസ് ഒറീസ

യ്ക്കപ്പുറത്ത് ബംഗാൾ ഉൾക്കടലിൽ തള്ളിയ മീൻ എന്ന പഴയൊരു കപ്പലിനെ തുളച്ചു പിളർത്തിക്കളഞ്ഞത്രേ. ദൂരമണ്ഡലം, സൂക്ഷ്മത എന്നീ മേഖലകളിൽ വളരെ മുന്നോട്ട് എത്തിയതാണ് ഈ ശസ്ത്രം.

വിലക്കയറ്റവും ആണവസ്ഥാപന പ്രശ്നങ്ങളും വനിതാ നിയമ നിർമ്മാണവും മറ്റുമായി കുഴഞ്ഞുകിടക്കുമ്പോൾ കേന്ദ്രഗവൺമെന്റിനും നാട്ടുകാർക്കും വെറുതെ ആഹ്ലാദിക്കാൻ ഈ ബ്രഹ്മോസ് പോരെങ്കിൽ വേറെയും പല വിക്ഷേപണങ്ങളും വരാനിരിപ്പുണ്ട്. ഏപ്രിൽ, മെയ് മാസങ്ങളിൽ ഇന്ത്യയുടെ ശൂന്യാകാശ ഗവേഷണസ്ഥാപനം (ഐ എസ് ആർ ഒ) ഒരു ജി എസ് എൽ വി ഉപഗ്രഹവാഹനവും പി എസ് എൽ വി വാഹനവും ശ്രീഹരിക്കോട്ടയിൽ നിന്ന് വിക്ഷേപണം ചെയ്യുമെന്ന് വിക്രം സാരാഭായ് സ്പേസ് സെന്റർ ഡയറക്ടറായ പി എസ് വീരരാഘവൻ പ്രസ്താവിച്ചതായി കണ്ടു. ജി എസ് എൽ വി, പി എസ് എൽ വി എന്നിവയുടെ വ്യത്യാസം എന്തെങ്കിലുമാകട്ടെ, ഇവകൊണ്ട് കർഷകർക്ക് വളരെ ഗുണമുണ്ടാകുമെന്ന് പറയുന്നു. ആ വിഷയത്തെപ്പറ്റി സെമിനാറുകൾ നടത്തിവരുന്നു. കർഷകർക്ക് ഉണ്ടാകാൻ പോകുന്ന ഭാഗ്യം ഓർത്ത് നമുക്ക് സന്തോഷിക്കുക!

ഇതിനകം ശ്രീഹരികോട്ടയിൽ നിന്ന് എത്ര വാഹനങ്ങൾ ശൂന്യാകാശത്തിലേക്ക് പോയിട്ടുണ്ടെന്ന് നമുക്കോർമ്മയില്ല. പക്ഷേ, അവയുടെ ശൂന്യാകാശ ഭ്രമണംകൊണ്ട് നമ്മുടെ കർഷകർക്ക് ഒരു ഗുണവും ലഭിച്ചിട്ടില്ലെന്ന്, ഇന്ന് കൃഷിക്കാർ നേരിടുന്ന ദുരിതങ്ങളുടെ കടുപ്പങ്ങളിൽ നിന്ന് നമുക്ക് ഊഹിക്കാവുന്നതേയുള്ളൂ. ഇനിയും ഒരുപാട് സഞ്ചാരപരിപാടികളുണ്ട്. പതിനൊന്നാം പഞ്ചവത്സരപദ്ധതിയിൽ മുപ്പത് ശൂന്യാകാശം യാത്രാ പരിപാടികളുണ്ട്. ഇവയെല്ലാം ശൂന്യാകാശത്തെ ശൂന്യമല്ലാതാക്കിയേക്കുമോ എന്നാണ് ഭയം. ആകാശം ശൂന്യമോ അശൂന്യമോ ആകട്ടെ കർഷകർക്ക് ലഭ്യമാകുമെന്ന് പറഞ്ഞുകേൾക്കുന്ന നേട്ടങ്ങളുടെ കള്ളി എപ്പോഴും ശൂന്യമായി കിടക്കുന്നു എന്ന സത്യം നാം കാണാതിരിക്കരുത്.

ഇതിനിടെ നടന്ന മറ്റൊരു അത്യാനന്ദപ്രകടനം നാം മറന്നിട്ടില്ല- ചാന്ദ്രയാൻ പരീക്ഷണം. ചന്ദ്രനിലേക്കുള്ള ഒരു വസ്തുവിന്റെ പ്രക്ഷേപണം വിജയംതന്നെ; ചന്ദ്രനിൽ വെള്ളത്തിന്റെ ലാഞ്ഛന എവിടെയോ കണ്ടെത്തിയത്രേ. ഭൂമിയിൽ പുഴകളും കായലുകളും കുളങ്ങളും കിണറുകളും വറ്റി വരണ്ട് പോകുമ്പോൾ ചന്ദ്രനിൽ വെള്ളത്തിന്റെ ഒരു നനവ് എങ്കിലും ലഭ്യമാണ് എന്ന വാർത്ത ചെറിയ ആശ്വാസമല്ലല്ലോ.

പ്രതിരോധശസ്ത്രത്തിന്റെയും ഉപഗ്രഹവാഹനത്തിന്റെയും ചാന്ദ്രയാനത്തിന്റെയും ഇതുവരെ നടന്ന ഗവേഷണങ്ങളുടെ മൊത്തം ചെലവ് എന്താണെന്ന് അറിയില്ല. ശാസ്ത്രഗവേഷണത്തിന് ചെലവ് എന്താണെന്ന് അന്വേഷിക്കരുത്. അത് ശാസ്ത്രവിരുദ്ധമായ നിലയാണ്. എന്തു ചെലവ് വന്നാലും ശാസ്ത്രത്തിനും സൈന്യത്തിനും വേണ്ടിയുള്ള ധനവ്യയം സംശയിക്കാൻ പാടുള്ളതല്ല.

എത്രകോടി രൂപയാകും എന്നേ അന്വേഷിക്കേണ്ടതുള്ളൂ. ഈ അതിഭീമമായ ധനവ്യയം കൊണ്ടൊന്നും ഇന്നുവരെ നാട്ടുകാർക്ക് ഒരു ഗുണവും ലഭിച്ചിട്ടില്ല എന്ന് പറഞ്ഞ് ശകുനംമുടക്കരുത്. കിട്ടുകയാണെങ്കിൽ കണക്കില്ലാത്തത് കിട്ടും എന്ന് ശാസ്ത്രജ്ഞർ നമ്മെയും ഭരണകർത്താക്കളെയും മോഹിപ്പിച്ച് നിർത്തിയിരിക്കുകയാണ്.

ഈ തുകയുടെ പകുതിയുടെ പകുതിയുണ്ടെങ്കിൽ ഈ നാട്ടിലെ പാവങ്ങൾക്ക് മുഴുവൻ ശുദ്ധജലം എത്തിച്ചുകൊടുക്കാനുള്ള സൗകര്യം ഏർപ്പെടുത്താമായിരുന്നു. നമ്മുടെ വിദ്യാലയങ്ങൾക്ക് പുതിയ കെട്ടിടങ്ങളും നദീജലം നിലനിർത്താനുള്ള പദ്ധതികളും മറ്റും ഈ നിഗൂഢ വ്യയപരിപാടി അല്പമൊന്ന് തളർത്തിയാൽ നമുക്ക് സാധിതപ്രായമാകാതിരിക്കില്ല. ഇങ്ങനെയുള്ള ചിന്തകൾ ഈ നാട്ടിൽ ഉയർന്നു കാണാത്തതിൽ ആശ്ചര്യപ്പെടുന്ന ഒരുവനാണ് ഈ ലേഖകൻ. ഇവിടെ തുടങ്ങിവെച്ച ചിന്തകൾ പലർക്കും തലവേദന ഉണ്ടാക്കിക്കൂടായ്കയില്ല. ശാസ്ത്രഗവേഷണത്തിന് നിയന്ത്രണമോ! കഥയെന്തെന്നറിയാത്തവർക്ക് (ഫാൻസ് എന്നു പറയാം) ബഹളമുണ്ടാക്കാം. ഇത് പറഞ്ഞയാൾ ശാസ്ത്രത്തിന്റെ ശത്രുവും പുരോഗതിയുടെ വഴിമുടക്കിയും. ഇന്ത്യയെ ദുർബ്ബലയാക്കുകയോ? പത്രങ്ങൾക്ക് വൈകാരികക്ഷോഭമുണ്ടാകാൻ ഇതൊക്കെ ധാരാളം.

ഒന്നു ചോദിച്ചോട്ടെ, ചന്ദ്രനിൽപ്പോക്കും ഉപഗ്രഹവിക്ഷേപണവും മിസൈൽ തൊടുത്തു വിടലും മാത്രമാണോ ശാസ്ത്രപ്രവർത്തനം? ഇന്ന് ജനങ്ങൾ അനുഭവിച്ചു വരുന്ന സൗകര്യങ്ങൾ (വിദ്യുച്ഛക്തിയുടെ ഉപയോഗം, മോട്ടോർ വാഹനങ്ങൾ, തീവണ്ടി, അച്ചടി തുടങ്ങി എന്തെല്ലാം) ശാസ്ത്രത്തിന്റെ നേട്ടങ്ങൾ ആണെന്നാണ് ചെറുപ്പത്തിൽ പഠിച്ചിട്ടുള്ളത്. എന്തുകൊണ്ടാണ് ഇപ്പോൾ ഇങ്ങനെ സാധാരണ ജനങ്ങളുടെ ജീവിതത്തെ കൂടുതൽ സുഖകരവും സൗകര്യപ്രദവും ആക്കുന്ന പരീക്ഷണങ്ങൾ മുന്നോട്ടു വരാത്തത്? കൃഷി, പലതരം തൊഴിലുകൾ, ഗൃഹാവശ്യങ്ങൾ, നദീസംരക്ഷണം, ജലസംഭരണം തുടങ്ങി ആയിരം കാര്യങ്ങൾ ശ്രദ്ധിക്കപ്പെടാതെ പോകുന്നു. പത്താളുടെ ആഹാരം അകത്താക്കുന്ന ഒരു ഭീമൻ വീട്ടിൽ ആകെ ചെയ്യുന്നത് വെള്ളം കോരലാണെന്നതു പോലെയാണ്, ബഹിരാകാശഗവേഷണം കൊണ്ട് നമുക്ക് കിട്ടുന്ന ഗുണങ്ങൾ.

ആണവ പദ്ധതികളും മിസൈൽ പരിപാടികളും ഉപഗ്രഹ ഗവേഷണവും ഒക്കെ ഗവൺമെന്റുകൾക്ക് താല്പര്യമുള്ളവയും കണക്കില്ലാത്ത ധനം സഹായമായി ലഭ്യമാക്കുന്ന കാര്യങ്ങളുമാണ്. ശാസ്ത്രജ്ഞർക്ക് ഒരു ബുദ്ധിമുട്ടുമില്ല. കൃഷിയിടങ്ങളിൽ പോകേണ്ട, തെരുവിൽ ഇറങ്ങേണ്ട, പണത്തിന് ക്ലേശിക്കേണ്ട. അതൊരുവശം. മറുവശത്ത് ഉപഗ്രഹ-പ്രതിരോധ-ചാന്ദ്രയാന കാര്യങ്ങൾ പറയുമ്പോൾ ആരും എതിരുപറയാൻ മടിക്കും. ഇതൊന്നും കൂടാതെ ആധുനികകാലത്ത് ഒരു രാജ്യത്തിന് നിലനില്ക്കാനാകുമോ എന്നൊക്കെ ജനം വ്യാമോഹിക്കും. ഈ

അജ്ഞതയുടെ വ്യാമോഹമാണ് ഇത്തരം വന്ധ്യപ്രവർത്തനങ്ങൾ വളർന്നുവരാൻ കാരണം.

ശാസ്ത്രം അചോദ്യവും അധൃഷ്യവും ആണെന്ന ധാരണ ഇന്ന് ഒരന്ധവിശ്വാസമായിത്തീർന്നിട്ടില്ലേ എന്ന് ചിന്തിക്കുക. ഏതിനെയും പോലെ ശാസ്ത്രവും മനുഷ്യർക്കുവേണ്ടിയുള്ളതാണ്. ഇന്ത്യയിലെ മനുഷ്യന്റെ പ്രശ്നങ്ങളും വേദനകളും കണക്കില്ലാത്തവ പരിഗണിക്കപ്പെടാതെ കിടക്കുന്നു. അവ മറന്നുകൊണ്ട് ആണവപരീക്ഷണനിലയങ്ങളിലേക്ക് ശാസ്ത്രജ്ഞർ ചേക്കേറരുത്. ആണവ പദ്ധതികൾകൊണ്ട് ഇന്നോളം ഈ ലോകത്തിന് ദോഷങ്ങളേ കിട്ടിയിട്ടുള്ളൂ. ദോഷങ്ങളുടെ നൂറിലൊരു ഭാഗം ഗുണം കിട്ടിയെന്നു പറയാമോ? ഇന്ത്യ ഇന്ന് ആണവ ക്കെണിയിലും ആണവദാസ്യത്തിലും പെട്ട് ഉഴലുകയാണ്. ആണവപ്രയോഗംകൊണ്ട് എന്തെല്ലാം കുഴപ്പങ്ങളാണ് ഉണ്ടാക്കുക എന്ന് ഇന്നുപറയാൻ വയ്യാത്ത വിധം അത് സങ്കീർണ്ണമാണ്.

ദാരിദ്ര്യനിർമ്മാർജ്ജനം, കാലാവസ്ഥാവ്യതിയാന പരിഹാരം, വിദ്യാഭ്യാസ സൗകര്യ വർദ്ധന തടുങ്ങി എത്രയെത്ര കാര്യങ്ങൾ ഇവിടെ അവഗണിക്കപ്പെട്ടു കഴിയുന്നു? ഈ ദുരവസ്ഥ മാറ്റിയെടുക്കണം. അതിന് ശാസ്ത്രലോകം ഒരു നവദേശീയനയം മാനവിക മുഖത്തോടെ രൂപപ്പെടുത്തിയെടുക്കണം. സമ്പന്നരാഷ്ട്രങ്ങളുടെ അജണ്ട പകർത്തി നടപ്പാക്കുകയാണ് അവികസിത രാജ്യങ്ങളുടെ കടമ എന്ന മിഥ്യാസങ്കല്പത്തിന്റെ പിടിയിൽനിന്ന് ശാസ്ത്രജ്ഞർ മാത്രമല്ല, രാഷ്ട്രനേതാക്കളും ഭരണകർത്താക്കളും പിന്തിരിഞ്ഞേ പറ്റൂ. സ്വന്തം പ്രശ്നങ്ങൾ സ്വന്തം ദേശീയ പശ്ചാത്തലത്തിൽ പരിഹാരമാർഗ്ഗങ്ങൾ കണ്ടെത്തലാണ് ശാസ്ത്രീയത.

നാം ഇന്ന് കണ്ണു തുറന്നുകൊണ്ട് 'ശാസ്ത്രം ജയിക്കട്ടെ' എന്ന് ഘോഷം കൂട്ടി അശാസ്ത്രീയതയുടെ വഴിയിലൂടെ മുന്നോട്ടുപോകുകയാണ്. വഴി മാറാതെ നമുക്ക് രക്ഷയോ പുരോഗതിയോ ഉണ്ടാകില്ല.

2010 മാർച്ച്

മൻമോഹൻ സിങ്ങും ഏവരും ചിന്തിക്കാൻ

ഇപ്പോഴത്തെ പ്രധാനമന്ത്രി ഡോ. മൻമോഹൻ സിങ് വ്യക്തി എന്ന നിലയ്ക്ക് നല്ല മനുഷ്യനാണ്. കാപട്യവും അഴിമതിയും മറ്റും ഇല്ലെന്നു തന്നെ പറയാം? ഉണ്ടെങ്കിൽത്തന്നെ കോൺഗ്രസുകാർക്കിടയിൽ ഏറ്റവും കുറവ് അദ്ദേഹത്തിനാണെന്ന് സമ്മതിക്കാതിരിക്കാൻ പറ്റില്ല.

എന്നാൽ പ്രധാനമന്ത്രിയുടെ ആരാധ്യത നേടിയെടുക്കാൻ ഈ വ്യക്തിമഹിമ തീരെ പോരാ. അത്തരം എത്രയോ നല്ലവർ ഓരോ പ്രദേശത്തും കാണും. പക്ഷേ, പ്രധാനമന്ത്രിപദവിയുടെ യോഗ്യത അതിനപ്പുറത്ത് കിടക്കുന്നു. രാഷ്ട്രീയമായ ആദർശസംഹിതയിലുള്ള വിശ്വാസദാർഢ്യം, ജനസേവനത്തിന്റെ പാരമ്പര്യം, ധീരമായി പെരുമാറുക, പ്രഭാഷണത്തിന്റെ ആകർഷകത്വം, ഇന്ത്യയിൽ എല്ലാം ദേശമതവർഗ്ഗങ്ങളിലും പെട്ടവർക്ക് പ്രിയങ്കരൻ – ഇപ്രകാരം പ്രധാനമന്ത്രിയുടെ വ്യക്തിവൈഭവങ്ങളിൽ പലതും ഉൾപ്പെടുന്നതായിട്ടുണ്ട്. ഇവയിലൊക്കെ വളരെ പുറകിലാണ് നമ്മുടെ സിങ്ജി.

ജീവിതകാലം മുഴുവൻ ഉദ്യോഗസ്ഥനായി വൈദേശികരിൽ നിന്ന് ശമ്പളം പറ്റിയ ഒരാളെ ഒരു രാജ്യവും ഇക്കാലത്ത് പ്രധാനമന്ത്രിയായി അവരോധിക്കുകയില്ല. ഏതെങ്കിലും രാജ്യത്ത് തനി ബ്യൂറോക്രാറ്റായ ഒരാൾ പ്രധാനമന്ത്രിയായിട്ട് ഇന്നുണ്ടോ എന്ന് ഞാൻ പരിശോധിച്ചിട്ടില്ല. പരിശോധിക്കണമെന്നില്ല, ഉണ്ടെങ്കിൽ അത് ഒരിക്കലും ജനകീയമായ സ്വീകാര്യതയുള്ള സ്ഥിതിയല്ല. വിശേഷിച്ച് ഇന്ത്യയിൽ അത് മധുരിക്കില്ല. ജനാധിപത്യബോധം പെട്ടെന്ന് ഒരാളിൽ ഉദയം ചെയ്യുകയില്ല. അതുകൊണ്ടാണ് നീണ്ട ജനസേവനത്തിന്റെയും ത്യാഗത്തിന്റെയും പാരമ്പര്യമുള്ള ജീവിതം ഭരണകർത്താവിന് വേണമെന്ന് നിർബ്ബന്ധം വരുന്നത്.

ജനങ്ങൾക്കു വേണ്ടി എന്തുചെയ്തു എന്ന ചോദ്യം കേരളത്തിലെ ഒരു സൂപ്പർതാരം നേരിട്ടത്, അമ്പരപ്പിക്കുന്ന ഒരുത്തരം തട്ടിവിട്ടാണ്. അദ്ദേഹം വല്ലപ്പോഴും സംഭാവനകൾ നല്കിയിട്ടുണ്ടത്രേ. മൻമോഹൻ സിങ് ആ ഉത്തരം ഇതുവരെ പറഞ്ഞിട്ടില്ലെന്ന് സമാധാനിക്കാം.

ബ്യൂറോക്രാറ്റിന് രാഷ്ട്രീയനേതാവിനെപ്പോലെ ചിന്തിക്കാനോ വികാരം കൊള്ളാനോ സാദ്ധ്യമല്ല. അവർക്ക് അങ്ങേയറ്റം ആകാവുന്ന പദവി അംബാസഡറുടേതാണ്. സർദാർ പണിക്കർ ഓക്സ്ഫോഡിൽ പഠിച്ചു: മറ്റൊന്നും പറയാനില്ല. ജവഹർലാൽ നെഹ്റു കേംബ്രിഡ്ജിൽ പഠിച്ചു. പക്ഷേ, എത്രയോ വർഷം ഗ്രാമീണജനതയുടെ ഇടയിലും മറ്റും പ്രവർത്തിച്ചു. രാജകീയ ജീവിതം വെടിഞ്ഞു ഒരു ബ്യൂറോക്രാറ്റിനു മാത്രമേ ഓക്സ്ഫോഡിൽ ചെന്ന് ഇന്ത്യയിലെ ബ്രിട്ടീഷ് ഭരണത്തിന്റെ സദ്ഫലങ്ങളെപ്പറ്റി വാചാലമായി ഘോഷിക്കാൻ സാധിക്കുകയുള്ളൂ, മൻമോഹനെപ്പോലെ. ബ്രിട്ടീഷ് ഭരണകാലത്ത് ഞങ്ങൾ ഇത്തരത്തിലുള്ള ലേഖനങ്ങൾ പഠിക്കേണ്ടിവന്നിരുന്നു. ഗാന്ധിജിയും നെഹ്റുവും അങ്ങനെ സ്വപ്നത്തിൽപ്പോലും പറയുമോ?

ഇന്ത്യയിൽ രാഷ്ട്രീയകക്ഷികൾ ഓരോ സംസ്ഥാനത്തിലും മന്ത്രിസഭകൾ ആവിഷ്കരിച്ച നയപ്രഖ്യാപനങ്ങൾ നടത്തുന്നു. പക്ഷേ ഭരണം ഒരു സംസ്ഥാനത്തിലും മന്ത്രിസഭ ഇച്ഛിച്ചതിന്റെ പകുതി ഗുണംപോലും ചെയ്തുകാണുന്നില്ലല്ലോ? ഒരു പ്രധാനകാരണം ഇവ നടപ്പിൽ വരുത്തേണ്ടത് ഉദ്യോഗസ്ഥവൃന്ദമാണെന്നതുതന്നെ ജനങ്ങൾക്ക് ഗുണം വരുത്തുന്നതിനു വേണ്ട കണ്ണും കരളും അവർക്കില്ല. എന്തെങ്കിലും ന്യൂനതയുണ്ടെങ്കിൽ അത് പെരുപ്പിച്ച് എഴുതി, പുതിയ നയത്തിന്റെ ആനുകൂല്യം പാവങ്ങളിൽ നിന്ന് തടഞ്ഞുവെയ്ക്കുവാൻ ഇക്കൂട്ടർ അതിവിരുതന്മാരാണ്. വേണമെന്ന് വിചാരിച്ചാൽ ഗുണം വരുന്ന രീതിയിൽ വ്യവസ്ഥകൾ വ്യാഖ്യാനിച്ചെഴുതാൻ ഇവർക്ക് കഴിയും. പക്ഷേ, ചെയ്യില്ല. കഴുകൻ ശവങ്ങളിൽ നോട്ടം അർപ്പിക്കുന്നു. ഇവർ ഒബ്ജക്ഷനുകളിൽ ശ്രദ്ധചെലുത്തുന്നു. എല്ലാ എതിർപ്പിനെയും തൃണവൽഗ്ഗണിച്ചുകൊണ്ട് പൂർണ്ണബലത്തോടെ ഈ വർഗ്ഗം സംസ്ഥാനഭരണത്തിൽ മന്ത്രിസഭയുടെ മനസ്സറിഞ്ഞ് പെരുമാറിയിരുന്നെങ്കിൽ ഇന്ത്യ സ്വർഗ്ഗത്തിന്റെ അയൽപക്കത്തെങ്കിലും ഇതിനകം എത്തിയേനേ! നിർദ്ധനരായ വിദ്യാർത്ഥികൾക്ക് ബാങ്കുകൾ കടം കൊടുക്കുന്നു. നല്ല ഇത്തരം ഉത്തരവുകൾ അനുസരിച്ച് എത്ര പേർക്ക് അത് ലഭിക്കുന്നുണ്ട്? സഹായധനം എത്ര പേർക്ക് തുച്ഛകാരണം പറഞ്ഞ് നിഷേധിക്കപ്പെടുന്നില്ല!

രാജ്യത്തിന് ദ്രോഹകാരികളായ ഇവരുടെ ഇടയിലുള്ള ഒരു വമ്പൻ വ്യക്തി പ്രധാനമന്ത്രിയായാൽ എന്തായിരിക്കും സ്ഥിതി? ആ സ്ഥിതി നാമിന്ന് അനുഭവിച്ചുകൊണ്ടിരിക്കുകയാണ്. സാധനവിലക്കയറ്റം സൃഷ്ടിക്കുമെന്നുറപ്പായിട്ടും കൂടെക്കൂടെ പെട്രോൾ വില കൂട്ടുന്ന അസാധാരണമായ ദ്രോഹപരിപാടി കേന്ദ്രം അംഗീകരിക്കുന്നത് ഭരണക്കസേരയി

ലിരുന്ന് ഹൃദയം മുരടിച്ചുപോയ ആൾ തലപ്പത്ത് വിലസുന്നതുകൊണ്ടാണ്. മറ്റൊരു നേതാവും ഇങ്ങനെ ചെയ്യാൻ വഴിയില്ല.

കാലഘട്ടത്തിന്റെ ശൈലിയിൽ ഇത് മാറിപ്പറയാം. ഗാന്ധിജിയുടെയും നെഹ്റുവിന്റെയും കാലത്താണെങ്കിൽ അവരുടെ ഹൃദയത്തിന്റെ പൂജാമുറിയിൽ പ്രതിഷ്ഠിച്ചിരിക്കുന്ന പാവപ്പെട്ടവന് ദോഷമോ ദ്രോഹമോ ചെയ്യുന്ന ഒരു നയവും ഇന്നത്തെപ്പോലെ അനായാസമായി പാസാവുകയില്ല. ഇത്തരം ഭരണംകൊണ്ട് സോഷ്യലിസം എന്ന വാക്കുതന്നെ ഈ നാട്ടിൽ അനൗദ്യോഗികമായി നിരോധിക്കപ്പെട്ടില്ലേ? ഇന്ത്യയുടെ മനോമോഹനസ്വപ്നങ്ങളിൽ ഒന്നായിരുന്നു അത്. അത് മനോമോഹനനായ ഈ സിങ്ങിന് അറിഞ്ഞുകൂടാ. ഭരണഘടനയുടെ ആധാരസ്തംഭങ്ങളിൽ ഒന്നാണ് അത്. ആധാരസ്തംഭങ്ങളുടെ അടിത്തറയിലെ ശിലകളെ കരണ്ട് നശിപ്പിക്കുന്ന മൂഷികന്മാർക്ക് എന്ത് സോഷ്യലിസം? എന്ത് ഗാന്ധിസം? എന്ത് ഭരണഘടന?

ഇത് കോൺഗ്രസിന്റെ ചരിത്രത്തെ അവഹേളിക്കലാണെന്ന് ഉറക്കെപ്പറയാൻ ധൈര്യമോ ചരിത്രനിയോഗമോ ഉള്ള ഒരു കോൺഗ്രസുകാരനുണ്ടോ ഇന്ന്? ഉണ്ടെങ്കിൽ ആ നഷ്ടപ്പെട്ട വാക്കുകളുടെ പേരിൽ ഒരാൾക്കും ഒന്ന് വിലപിക്കാൻ പോലും തോന്നിയില്ലല്ലോ!

കേന്ദ്രഗവൺമെന്റ് അണുബാധ പിടിപ്പെട്ട് വലഞ്ഞിരിക്കയാണ്. ആണവക്കരാർ എന്നും ആണവശക്തിനിർമ്മാണം എന്നുമൊക്കെ പറഞ്ഞ് ധനം മുഴുവൻ പാഴാക്കാനും ദുരന്തങ്ങളെ മുഴുവനും മാടിവിളിച്ച് ആപത്ത് വരുത്താനും എത്രകാലമായി നാം സമയവും ചൈതന്യവും ചെലവഴിക്കുന്നു? എന്ത് നേടാൻ, ദുരിതവികസനമല്ലാതെ?

ഈ മനോമോഹനപ്രചോദനത്തിന്റെ വിനാശകരമായ അപകടങ്ങളെ മുൻകൂട്ടി കണ്ട് തടയാൻ കോൺഗ്രസിൽ ആരുമില്ല. സോണിയാഗാന്ധിയിൽ നിന്ന് ഒരു തിരുത്തൽ ആരും പ്രതീക്ഷിക്കില്ല. അതിന് കഴിവുള്ള കോൺഗ്രസുകാർ ഒരാളുപോലുമില്ലേ? വിശ്വസിക്കാനാകാത്തതുകൊണ്ട്, കണ്ണീരിനിടയിലൂടെ ചോദിക്കുകയാണ്, ഉണ്ടെങ്കിൽ അയാൾ പ്രധാനമന്ത്രിയാകുമോ? ഇല്ലെന്ന് ഉറപ്പ്. കോൺഗ്രസ് ഏതൊക്കെ ആദർശങ്ങളെയാണോ ഉയർത്തിക്കാട്ടിയത്, അവ ഓരോന്നായി താഴ്ത്തിക്കെട്ടാൻ ഇപ്പോഴത്തെ പ്രധാനമന്ത്രി വിശ്രമമില്ലാതെ പരിശ്രമിക്കയാണ്. കോൺഗ്രസുകാർ 'അരുത്' എന്ന് തടഞ്ഞിരുന്നെങ്കിൽ അദ്ദേഹം ഈ പരിപാടി തുടരുകയില്ല. അദ്ദേഹം ഇതൊക്കെ ചെയ്യുന്നത് കോൺഗ്രസ് രക്തത്തിൽ ഒഴുകാത്തതുകൊണ്ടാണ് (രക്തത്തിൽ നിന്ന് ആദർശം കണ്ടുപിടിക്കാമോ എന്ന് ഒരു പത്രത്തിൽ എഴുതിയിക്കണ്ടു. സ്നേഹത്തിന്റെ മുലപ്പാൽ എന്നു പറഞ്ഞാൽ ഏത് സ്ത്രീ എന്ന് ചോദിക്കുന്നവരോട് എന്ത് പറഞ്ഞിട്ടും ഫലമില്ല.) ആദർശം ഒഴുകുന്ന രക്തസിരകൾ ഏത് മനുഷ്യനിലുണ്ട്? പ്രധാനമന്ത്രിയിൽ ബ്യൂറോക്രാറ്റിന്റെ രക്തമാണ് പ്രവഹിക്കുന്നത്. സമ്പൂർണ്ണമായ 'ഡയാലിസിസ്'

കൊണ്ടേ അത് മാറ്റി നല്ല കോൺഗ്രസ് രക്തം പ്രവഹിപ്പിക്കാനാവുക യുള്ളു. കോൺഗ്രസുകാരുടെ ആദർശസ്ഫൂരിതമായ വാക്കുകൾകൊ ണ്ടാണ് ഈ 'ഡയാലിസിസ്' നടത്തേണ്ടത്. അത് നടക്കുന്നില്ല. ആദർശം മറന്നവരാണ് ഭൂരിഭാഗം പ്രവർത്തകരും, ഈ കക്ഷിയിൽ.

മൻമോഹൻജിയുടെ വഴിതെറ്റിയ പോക്കിന് കടുത്ത ഒരുദാഹരണം ചൂണ്ടിക്കാട്ടാം. ഇന്ത്യയുടെ പ്രധാനമന്ത്രി ഇപ്പോഴും രാജ്യസഭാംഗമായി തുടരുന്നു. ഇത് ജനാധിപത്യരീതിയല്ല. നെഹ്റുവിന്റെ കാലത്ത് ഒരു രാജ്യസഭാംഗത്തെ മന്ത്രിയാക്കിയതിന് ലോകസഭ അദ്ദേഹത്തെ നല്ല പോലെ വിമർശിക്കുകയുണ്ടായി. (ഒന്നാം തിരഞ്ഞെടുപ്പു നടന്നതിനു ശേഷമാണെന്ന് ഒരു പഴയ പത്രപ്രവർത്തകൻ ഉറപ്പുതന്നതു കൊണ്ടാണ് ഞാൻ ഇതെഴുന്നത്. അന്ന് തൃശൂർ എക്സ്പ്രസിൽ പി ടി ഐ വാർത്ത റിപ്പോർട്ട് ചെയ്ത പത്രപ്രവർത്തകനാണ് ഈ വിവരം എനിക്ക് തന്ന ത്.) അത് ഒഴിവാക്കാനാകാതെ സംഭവിച്ചു പോയതാണെന്നും ഒരിക്കലും രാജ്യസഭാംഗത്തെ പ്രധാനമന്ത്രിയാക്കില്ലെന്നും അന്ന് നെഹ്റു സഭയിൽ ഉറപ്പു കൊടുത്തിരുന്നു. തങ്ങളുടെ ഏറ്റവും മഹാനായ ഒന്നാം പ്രധാന മന്ത്രിയുടെ ഈ വാഗ്ദാനം പാലിക്കേണ്ട കടമ ആരുടേതാണ്? എന്താണ് ആ കടമയുള്ള കോൺഗ്രസുകാർ മിണ്ടാത്തത്? അവർക്കും ഒന്നും ഓർമ്മയില്ല. രക്തത്തിൽ 'കോൺഗ്രസ്' ഉണ്ടെങ്കിൽ ഇത് സംഭവിക്കുമോ!?

ഇന്ദിരാഗാന്ധി തിരഞ്ഞെടുപ്പിൽ തോറ്റപ്പോൾ രാജ്യസഭ വഴിയല്ല പ്രധാനമന്ത്രിയായത്. നരസിംഹറാവുവും രാജ്യസഭയെ ആശ്രയിച്ചില്ല. ഇവിടെ ഒരു കോൺഗ്രസ് പ്രധാനമന്ത്രി എത്രയോ ലോകസഭാ തിര ഞ്ഞെടുപ്പുകൾ കഴിഞ്ഞിട്ടും അവയിലൊന്നും മത്സരത്തിനിറങ്ങാതെ സസുഖം, വിഷ്ണു അനന്തശയനത്തിലെന്ന പോലെ, രാജ്യസഭയുടെ ഫണത്തിനുമേൽ കിടന്ന് നാടുവാഴുന്നു. ആരെങ്കിലും പ്രതിഷേധിച്ചോ? കോൺഗ്രസുകാരും പ്രതിഷേധിച്ചില്ല, പത്രങ്ങളും പ്രതിഷേധിച്ചിട്ടില്ല. അദ്ദേഹമെന്തിന് അവിടം ഒഴിഞ്ഞ് ലോകസഭാ സീറ്റ് തേടിപ്പോകണം. ലോകസഭ വിട്ട് രാജ്യസഭയിലൂടെ അകത്ത് കടന്നുകൂടുകയാണ് എളു പ്പമെന്ന് എല്ലാ ജനപ്രിയരായ കോൺഗ്രസുകാരും കരുതുന്നുണ്ടാവണം. അതു കൊണ്ടാകാം അവരൊരു സിങ്ജിയുടെ നിലപാടിനെ എതിർക്കാ ത്തത്.

മൻമോഹൻ സിങ് എത്ര പത്രസമ്മേളനങ്ങൾ ഒഴിവാക്കിയെന്ന് പത്രക്കാർ കണക്കെടുത്തിട്ടുണ്ടോ? ജനാധിപത്യത്തിൽ പ്രധാനമന്ത്രി യുടെ പത്രസമ്മേളനം വളരെ പ്രാധാന്യമർഹിക്കുന്ന പരിപാടിയാണ്. പണ്ട് മൊറാജി ദേശായി എങ്ങനെയോ ഒരു പത്രസമ്മേളനം ഒഴിവാക്കി യപ്പോൾ പത്രക്കാർ ഉണ്ടാക്കിയ പുക്കാർ എത്ര ഘോരമായിരുന്നു. ഇന്ന് മിണ്ടാട്ടമില്ല. അവർക്കും മടുത്തിരിക്കാം.

ഞാൻ എഴുതിയ ഈ ലേഖനം എത്ര കോൺഗ്രസുകാർ കാണു മെന്ന് നിശ്ചയമില്ല. കുറച്ചു പേരെങ്കിലും കാണാതിരിക്കില്ല. അവർ ഇത്

ഗൗരവമായി ചിന്താവിഷയമായെടുക്കണമെന്ന് വിനീതമായി അഭ്യർത്ഥിക്കുന്നു: എന്റെ വാദഗതികൾക്ക് മറുപടിയുണ്ടെങ്കിൽ അത് കേൾക്കാനും ഞാൻ ഒരുക്കമാണ്. ഈ വിമർശനങ്ങളിൽ പലതും പാർട്ടിയുടെ ഉന്നത നേതാക്കളുടെ നാക്കുപോലും സ്തംഭിപ്പിക്കാവുന്നവയാണ്. ഇങ്ങനെപോയാൽ കോൺഗ്രസിൽ എത്ര ശതമാനം ശുദ്ധരക്തം അടുത്ത തിരഞ്ഞെടുപ്പാകുമ്പോഴേക്കും അവശേഷിക്കും എന്ന് ചിന്തിക്കേണ്ട സ്ഥിതിയിൽ നാം എത്തിയിരിക്കുന്നു.

നയതന്ത്രം ആംഗലവാണിയിലൂടെ

ഇന്ത്യൻ പ്രധാനമന്ത്രി മൻമോഹൻ സിങ്ങിന്റെ നേട്ടങ്ങൾ എന്തൊക്കെയാണെന്ന് ചോദിച്ചാൽ വിദേശബന്ധങ്ങളിലോ ആണവക്കരാറിലോ ഭീകരനിയന്ത്രണത്തിലോ വിലനിയന്ത്രണത്തിലോ ഒക്കെയാണ് അവ കിടക്കുന്നതെന്ന് ആരും അവകാശപ്പെടുമെന്ന് തോന്നുന്നില്ല. ചുറ്റുപാടുമുള്ള രാജ്യങ്ങളെ അപേക്ഷിച്ച് ആഴത്തിലുള്ള ജനാധിപത്യ വിശ്വാസം നിലനില്ക്കുന്ന പ്രദേശമാകയാലാണ് ഇവിടെ ഭരണം പപ്പടം പോലെ പൊടിഞ്ഞുപോകാതെ വലിയ തട്ടും തടവും കൂടാതെ തുടർച്ചയായി നടന്നുകൊണ്ടിരിക്കുന്നത്. ആ ഒഴുക്കാണ് സിങ്ങിന്റെ ഭരണത്തെ നിശ്ചലതയിൽ നിന്നു രക്ഷിച്ചുനിർത്തുന്നത്. ഇതൊരു നേട്ടംതന്നെ. പക്ഷേ, ജനതയുടെ മൂല്യവിശ്വാസത്തിന്റെ ശക്തി ഭരണത്തിൽ ഒട്ടും പ്രതിഫലിച്ചു കാണുന്നില്ല. ആണവക്കരാർ എന്ന അവ്യക്തഫലപ്രവചനങ്ങളുടെ ഉറപ്പിലാണ് ഇന്ന് ഗവൺമെന്റ് നിലനില്ക്കുന്നത്. ഈ ഒരു സ്വഭാവം ഉണ്ടാകാൻ നാം വളരെ വ്യക്തമായ ഒരുപാട് സംഗതികൾ ബലിയർപ്പിക്കേണ്ടിവന്നു. ഈ സന്ദർഭങ്ങളെയെല്ലാം അവിസ്മരണീയമാക്കുന്നത് പ്രധാനമന്ത്രിയുടെ വാചകവിലാസമാണ്. ബുഷിനെ ഇന്ത്യാക്കാർ അഗാധമായി സ്നേഹിക്കുന്നു എന്ന് അദ്ദേഹം ഇനി അധികാരാസനം കണികാണില്ലെന്നുറപ്പായ ഒരു ഘട്ടത്തിൽ, ജനാധിപത്യം ഒട്ടുമില്ലാത്തൊരു നേതാവിന് സ്തുതി പറയണമെങ്കിൽ അയാളുടെ വാചോവിലാസത്തെ നമസ്കരിക്കാതിരിക്കുന്നതെങ്ങനെ.

അന്നു തൊട്ടാണ് ഈ ലേഖകൻ നമ്മുടെ ബഹുമാന്യനായ പ്രധാനമന്ത്രിയുടെ വാക് പ്രയോഗങ്ങളെ ശ്രദ്ധിച്ചു തുടങ്ങിയത്. ശ്രദ്ധിച്ചാൽ വായനക്കാരും അകമഴിഞ്ഞ് അദ്ദേഹത്തെ ശ്ലാഘിക്കാതിരിക്കില്ല. ജനുവരിയുടെ തുടക്കത്തിലാണല്ലോ അദ്ദേഹം ഞാൻ ജനിച്ച ഗ്രാമത്തിൽ

നിന്ന് അല്പം മാത്രം അകലെ വടക്ക് കിടക്കുന്ന ഏഴിമലയിൽ നാവിക പരിശീലനകേന്ദ്രം ആരംഭിക്കുന്ന വലിയ ഒരു പരിപാടിയുടെ ഉദ്ഘാടനത്തിന് കണ്ണൂർ ജില്ലയുടെ മണ്ണിൽ കാൽകുത്തിയത്. അവിടെയും ചെന്നൈയിലും കാര്യമായി പ്രധാനമന്ത്രി ധാരാളം പ്രസംഗങ്ങൾ നടത്തുകയുണ്ടായി. പ്രയോഗവിശേഷങ്ങൾകൊണ്ട് ശ്രദ്ധേയങ്ങളായ പ്രഭാഷണങ്ങൾ! ലോകത്തിലെ പ്രമുഖരാഷ്ട്രങ്ങൾ മാത്രമല്ല, ഐക്യരാഷ്ട്ര സഭപോലും അരുതെന്ന് പ്രഘോഷിച്ചിട്ടും അതൊന്നും വകവയ്ക്കാതെ മനുഷ്യക്കൊല നടത്തിക്കൊണ്ടിരിക്കുന്ന ഇസ്രായേലിനോട് പ്രധാനമന്ത്രി ശങ്കയോ കൂസലോ ഒന്നും കൂടാതെ വെട്ടിത്തുറന്ന് പറഞ്ഞു: “നിർത്തുക, ഈ നരമേധം!” പലസ്തീന് അചഞ്ചലമായ പിന്തുണ നല്കുമെന്നും അദ്ദേഹം തുടർന്നു പ്രഖ്യാപിച്ചു. എത്ര ധീരോദാത്തമായ ഗംഭീരസ്വരം! പക്ഷേ, മരണവേദന അനുഭവിക്കുന്ന പലസ്തീൻ ജനത ഇതുകേട്ട് ആശ്വസിക്കുമോ!? നിർണ്ണായക ഘട്ടങ്ങളിൽ ഐക്യരാഷ്ട്രസഭയിൽ അമേരിക്കയുടെ ചരടുവലിയിൽ കുടുങ്ങി വീഴുന്നുവെന്നതാണ് ഇന്ത്യയുടെ കുപ്രസിദ്ധമായ പഴയ കഥ. മുയലിന്റെ കൂടെ ഓടുകയും ചെന്നായയോടൊപ്പം വേട്ടയാടുകയും ചെയ്യുന്ന സ്വഭാവത്തെപ്പറ്റി ഇംഗ്ലീഷിൽ ഒരു ചൊല്ലുണ്ടല്ലോ. മുയലിനോടൊപ്പം ഓടുന്നത് അതിനെ വേട്ടപ്പട്ടിയിൽ നിന്നു രക്ഷിക്കാനാണെന്ന് കേട്ടപടി തോന്നിപ്പോകും. അല്ലതന്നെ, മുയലിനെ തഞ്ചത്തിൽ വേട്ടപ്പട്ടിയുടെ മുമ്പിൽ തള്ളിവിടുകയാണ് ലക്ഷ്യം.

ആ പത്രപ്രസ്താവനയിൽത്തന്നെ, ഗൾഫ് നാടുകളോടുള്ള ഇന്ത്യയുടെ ബന്ധം ഒരു കാവൽക്കാരന്റേതാണെന്നും തിളക്കമുള്ള ആംഗലവാണിയിൽ മണിമണിപോലെ മനോമോഹന സിംഹൻ മൊഴിയുകയുണ്ടായി. കേൾക്കാനും വായിക്കാനും എന്തു സുഖം! പക്ഷേ, ഗൾഫ് നാടുകളുടെ കൂട്ടത്തിൽപ്പെടുന്ന ഇറാഖിൽ കൂട്ടക്കൊല നടക്കുമ്പോഴും ഇറാഖുമായി എണ്ണവിതരണത്തിൽ സഹകരിക്കേണ്ട ഘട്ടത്തിലും ഈ ‘കാവൽക്കാരൻ’ എവിടെയായിരുന്നുവെന്ന് ഗൾഫ് നാടുകൾക്ക് അറിയാം. അന്നൊക്കെ ഇന്ത്യ ഉറക്കം നടിക്കുകയോ പിന്നോക്കം നോക്കുകയോ ആയിരുന്നു. ഏഴിമലയിൽ പത്രക്കാരുടെ മുമ്പിൽ വായിലൂടെ കാണിച്ച ആ പരമശൗര്യം അന്നെവിടെപ്പോയി?

നാവിക അക്കാദമി എന്തിനാണെന്ന് എല്ലാവർക്കും അറിയാം. നമ്മുടെ ആന്റണി പറഞ്ഞത്രയേ ഉള്ളൂ. ഈ അക്കാദമി ഒരു “നാഴികക്കല്ല് ആയിരിക്കും!” ആർക്കും എവിടെയും ധൈര്യമായി പറയാവുന്ന ഒരു വാക്കേ അദ്ദേഹം പറഞ്ഞുള്ളൂ. ഒരബദ്ധവും വന്നുകൂടിയില്ല. എല്ലാവർക്കും മനസ്സിലാവുകയും ചെയ്യും. പക്ഷേ, മന്ത്രിപ്രധാനൻ എന്താണ് പറഞ്ഞത്? നാവിക സൈന്യത്തെ ഒരു ‘ത്രിമാന ശക്തി’ യായി വളർത്തിയെടുക്കാനുള്ള ഒരു മഹാപദ്ധതി കേന്ദ്രത്തിനുണ്ടെന്നും മറ്റും. എന്താണ് ഈ ത്രിമാനം? ഒരു മാനവും കൂടെ കൂട്ടിപ്പറഞ്ഞിരുന്നെങ്കിൽ ചതുർമാനത്തിന്റെ പ്രവാചകനായ ഐൻസ്റ്റീന്റെ അടുത്തെത്തിയേനേ!

സന്ദേഹം തോന്നിയവർ ആകെ അരിച്ചുപെറുക്കി നോക്കിയിട്ടും ഏഴിമലയിലെ അക്കാദമിയുടെ മൂന്നു മാനങ്ങൾ എന്തെന്ന് പിടികിട്ടിയില്ല. പിടികിട്ടണമെന്ന് അദ്ദേഹത്തിനും ഉദ്ദേശ്യമുണ്ടായിരിക്കില്ല. പക്ഷേ, പത്രത്തലക്കെട്ടിൽ ഈ 'ത്രി-ഡൈമൻഷനൽ ഫോഴ്സ്' എന്ന പ്രയോഗം എത്ര മാത്രം മിന്നിത്തിളങ്ങിയെന്ന് നാം കണ്ടതാണ്. പ്രധാനമന്ത്രി തന്റെ പ്രധാന വിജയമായിട്ട് കണക്കാക്കുന്നത് ഈ ആംഗലവാണീ വിലാസമാണെന്ന് ഇതെല്ലാം വെച്ചുകൊണ്ട് നമുക്ക് തോന്നാവുന്നതാണ്.

ഇതേ സന്ദർശനത്തിനിടയിൽ ചെന്നൈയിൽ നടന്ന 'പ്രവാസി ഭാരതീയ ദിവസി'ന്റെ ഉദ്ഘാടനത്തിലും അപക്വമായ ഈ വീരവാദം മുഴങ്ങിക്കേട്ടു. തീവ്രവാദക്കാർമൂലം ഇന്ത്യയെ അസ്ഥിരപ്പെടുത്താനാവില്ലെന്ന് നാം എത്രയോ തവണ തെളിയിച്ചിട്ടുണ്ടെന്നാണ് ഒരു വാക്യം. എത്ര തവണ നാം ഇതു തെളിയിച്ചു? തവണകൾ എണ്ണി വിരലുകൾ തീർന്നുപോകാതിരിക്കട്ടെ!

ചെന്നൈയിൽവെച്ചു നടന്ന ഒരു റോഡ് വികസനപദ്ധതിയുടെ ശിലാസ്ഥാപനം നടത്തിയപ്പോൾ പ്രധാനമന്ത്രി പറഞ്ഞത് അത് 'സർവ്വസംഗ്രാഹ'കവും 'സമഗ്രാത്മ'കവും ആണെന്നായിരുന്നു. ഇതെന്ത് തർജ്ജമ എന്നു കോപിക്കരുതേ! പ്രധാനമന്ത്രിയുടെ വാക്കുകൾ വിവർത്തനാതീതമാണ്. അദ്ദേഹം ഉപയോഗിച്ച വാക്കുകൾ 'inclusive' എന്നും 'holistic' എന്നും ആണ്. പാത ഉപയോഗിക്കുന്നവർക്കെല്ലാം ഉള്ളതാണ്. അതുപറയാൻ ഇത്ര കടുത്ത 'ആംഗല ഗീർവാണം' പ്രയോഗിക്കപ്പെടുമെന്ന് ആര് കരുതിയിരിക്കാൻ?

ഹിമാലയ ഭൂമിയിലൂടെ ജമ്മു-കാശ്മീർ ബന്ധത്തിന് വഴി തുറന്ന ചരിത്രപ്രസിദ്ധമായ ബനഗൽ ചുരം 1956 ൽ ഉദ്ഘാടനം ചെയ്തപ്പോൾ വിശ്വചിന്തകനും അന്ന് ഇന്ത്യയുടെ ഉപരാഷ്ട്രപതിയുമായിരുന്നു ഡോ. രാധാകൃഷ്ണൻ ചെയ്ത പ്രസംഗം ഞാൻ പലതവണ വായിച്ചിട്ടുണ്ട്. ഒരു വാക്ക് മനസ്സിലാവാതെ പോയില്ല. മൻമോഹൻ സിങ് നമ്മെയെല്ലാം വട്ടംകറക്കിക്കളഞ്ഞു.

വിജയിക്കാനുള്ള ആശ മനുഷ്യന് നൈസർഗ്ഗികമാണ്. മൻമോഹൻ സിങ്ങിന്റെ വിജയമോഹം അദ്ദേഹത്തെ ഒടുവിൽ എത്തിച്ചത് ഉഗ്രൻ വാക്യങ്ങളും കടുത്ത പ്രയോഗങ്ങളും കലർത്തി തന്റെ പ്രഭാഷണങ്ങളെ ജ്വലിപ്പിക്കുക എന്നേടത്താണ്. കർമ്മത്തെക്കാൾ വാക്ക് മഹത്തായി തീരുന്നത് നമ്മുടെ സാധാരണ സ്വഭാവമാണ്. ഇന്ത്യ താണുവീണപ്പോഴൊക്കെ കർമ്മത്തിന്മേൽ വാക്ക് ആധിപത്യം സ്ഥാപിച്ചത് നാം കണ്ടവരാണ്. കർമ്മം വാക്കിനപ്പുറത്ത് പറന്നുയരുമ്പോൾ ഒരു രാജ്യം ഉയർന്നു നില്ക്കുന്നു. സ്വാതന്ത്ര്യത്തിനുശേഷം അല്പകാലം തുടർന്നും ഈ പ്രാധാന്യം ഇന്ത്യ അനുഭവിച്ചു.

വാടിവീഴുന്ന പഴുക്കിലകൾപോലെ പ്രവർത്തനശേഷി നഷ്ടപ്പെട്ടവരുടെ വായയിൽ നിന്നും പുറത്തു ചാടുന്ന പദധോരണികൊണ്ട് നേരം പുലർത്താൻ വിധിക്കപ്പെട്ടവരായിരിക്കയാണ് നമ്മൾ.

നമ്മളെ ഇതിനുമാത്രമേ കൊള്ളുകയുള്ളൂ. അല്ലെന്ന് നമുക്ക് ഒന്നിച്ചു തോന്നുമ്പോൾ ഭരണചക്രം തിരിഞ്ഞുമാറും. നമ്മുടെ കൈയിലാണ് വാഹനചക്രം ഉള്ളതെന്ന് ഈ വാക്കുകൾ കേട്ടു മറന്നുപോകാതിരിക്കാൻ മാത്രമാണ് ഈ കുറിപ്പ് എഴുതിയത്.

2009 ജനുവരി

അണു ചെറുത്, പ്രശ്നങ്ങൾ അതിഭീകരം!

നാമെല്ലാം ചെറുപ്പംതൊട്ടേ പഠിച്ചുവന്നതും വളർന്നതും അണുവാണ് പ്രപഞ്ചത്തിലെ ഏറ്റവും ചെറിയ വസ്തുവെന്ന് കേട്ടിട്ടാണ്. പക്ഷേ പിന്നീടും ഇപ്പോഴും നാം മനസ്സിലാക്കിക്കൊണ്ടിരിക്കുന്നത്, അണുവിൽ നിന്ന് ഉത്ഭവിച്ചുകൊണ്ടിരിക്കുന്ന പ്രശ്നങ്ങൾ മനുഷ്യന് നേരിടാൻ കഴിയാത്തത്ര വലുതും ഭീകരവും ആണെന്നാണ്. ഒരു രാക്ഷസനെ വേലക്കാരനാക്കാൻ തുനിഞ്ഞാൽ സംഭവിക്കാനിടയുള്ള അത്യാപത്തുകൾ ഇവിടെ ഉദാഹരണമായെടുക്കാം. വേലക്കാരനായ രാക്ഷസൻ പാത്രങ്ങളെല്ലാം തച്ചുടച്ച് അടുപ്പിലെ തീകൊണ്ട് അടുക്കള മുഴുവൻ ചാമ്പലുമാക്കി.

ആണവോർജ്ജം സ്വന്തമാക്കിയ രാജ്യങ്ങൾ ആണവദാരിദ്ര്യമുള്ള രാജ്യങ്ങളെപ്പോലെത്തന്നെ കഠിനഭീതിയുടെ നിഴൽപ്പാടിലാണ് കഴിയുന്നത്. ഇപ്പോൾ ആണവോർജ്ജസമ്പത്തുള്ള രാജ്യങ്ങൾ ആണവപ്രഭുക്കളായി കഴിയുമ്പോൾ ഇന്ത്യയെപ്പോലെത്തെ ഭിക്ഷാംദേഹികൾ ആണവശക്തി നേടാനായി സ്വന്തമായി ഒന്നും ചെയ്തുകൂടെന്ന ഒരു നയം ഐക്യരാഷ്ട്രസഭ അംഗീകരിച്ചിട്ടുണ്ട്. നട്ടെല്ലില്ലാത്ത ഈ സഭയെക്കൊണ്ട് അംഗീകരിപ്പിച്ചതാണെന്ന് ചില ദുർബുദ്ധികൾ പറയും. ആണവനിർവ്യാപനനയം എന്ന് പറയും. അമേരിക്ക് ഇപ്പോഴും ഉന്നതതല സമ്മേളനങ്ങളിൽ വച്ച്, മേശക്കടിയിലൂടെ ഇന്ത്യയുടെ പെരുവിരൽ ചവിട്ടി ഈ കരാറിൽ ഒപ്പുവെക്കണമെന്ന് നിരന്തരം ഓർമ്മിപ്പിക്കുന്നുണ്ട്. ഇന്ത്യക്കാരന്റെ നട്ടെല്ല് കുറച്ചുകഴിയുമ്പോൾ വളയുമെന്ന് ആ രാഷ്ട്രത്തിന് അറിയാം.

ആണവശക്തിയുടെ നിർവ്യാപനത്തിലും കടുപ്പം കൂടിയ ഒരു കുടു

ക്കിൽ ഇപ്പോൾ ഇന്ത്യൻ നേതാക്കൾ പെട്ടിരിക്കുകയാണ്. ആണവപരീക്ഷണം സ്വയം നടത്തി ഫലം അനുഭവിക്കാൻ പാടില്ലെങ്കിൽ ആണവശക്തിയില്ലാത്ത അവശരാജ്യങ്ങളോട് അമേരിക്ക സ്വല്പം ദയയൊക്കെ ഇടയ്ക്ക് കാണിക്കുന്നുണ്ടെന്നു വരുത്തിത്തീർക്കാൻ പല പൊടിക്കൈകളും അമേരിക്ക പ്രയോഗിക്കാറുണ്ട്. അക്കൂട്ടത്തിൽ ഒന്നാണ് യുദ്ധാവശ്യങ്ങൾക്കല്ലാതെ സാധാരണാവശ്യങ്ങൾക്കായി നിശ്ചിതമായ ആണവശക്തി ഈ ദരിദ്രപ്പരിഷകൾക്ക് ഉല്പാദിപ്പിക്കാൻ വലിയ ആണവോല്പാദന വ്യവസായം തുടങ്ങുന്നതിന് അമേരിക്ക അവസരം നല്കുന്നത്. അത്തരം വ്യവസായശാലകൾ ഇന്ത്യയിൽ തുടങ്ങാൻ നമ്മുടെ നേതാക്കൾ കുറച്ചുകാലമായി വണങ്ങിത്തൊഴുത് ഒടുവിൽ അതിനുള്ള അനുവാദം വാങ്ങിയിട്ടുണ്ട്. ആ നേരത്ത് എന്ത് ആഹ്ലാദമാണ് നമ്മുടെ 'ഗേഹശൂരന്മാർ' (വീട്ടിലെത്തിയാൽ പരാക്രമികൾ ആകുന്നവർ) ആയ ഡൽഹി നേതാക്കൾ പ്രകടിപ്പിച്ചത്?

പക്ഷേ, ഈ ഔദാര്യത്തിനടിയിലും ആണവമഹാപ്രഭുവിന്റെ കൗശലം ഒളിഞ്ഞുകിടപ്പുണ്ട്. ഈ സൗകര്യം ലഭ്യമാകണമെങ്കിൽ നമ്മുടെ പാർലമെന്റിൽ ന്യൂക്ലിയർ അവകാശത്തിനുള്ള സിവിൽ ബാദ്ധ്യത നിർവ്വചിക്കുന്ന ഒരു ബിൽ പാസാക്കേണ്ടതുണ്ട്. ബില്ലിന്റെ തനി പേര് ഇതാണ്– 'സിവിൽ ലയബിലിറ്റി ഫോർ ന്യൂക്ലിയർ ക്ലെയിംസ് ബിൽ 2010!' ഉടനെ പാസാക്കേണ്ടതുണ്ട്. ആണവശക്തി സാധാരണജനങ്ങളുടെ ജീവിതത്തെ സമ്പന്നമാക്കാൻ കാലതാമസം പാടില്ലല്ലോ! പക്ഷേ ഇതിലെ വ്യവസ്ഥകൾ പുറത്തറിഞ്ഞുവന്നതോടെ, ഇടതുപക്ഷത്തു നിന്നും ഇന്ത്യയിലെ ആണവശാസ്ത്രജ്ഞരിൽ നിന്നും സംശയങ്ങളും ഭീതികളും നിറഞ്ഞ എതിർപ്പുകൾ ധാരാളം ഉയർന്നുവന്നു.

ആണവവ്യവസായം തുടങ്ങുമ്പോൾ സാധാരണവ്യവസായങ്ങൾക്കു പുറമേ സർവ്വപ്രധാനമായ ഒരു വകുപ്പുകൂടെ ചേർക്കേണ്ടതുണ്ട് - അത്യാഹിതം സംഭവിക്കുമ്പോൾ കൊടുക്കേണ്ട നഷ്ടപരിഹാരത്തിന്റെ വീതംവയ്പ് സംബന്ധിച്ച വ്യവസ്ഥയാണ് അത്. ആണവശാല 'സദയം' അനുവദിച്ച് ആരംഭിക്കാൻ സഹായിക്കുന്ന രാജ്യത്തെ ഈ കരാറിൽ 'ഓപ്പറേറ്റർ' എന്ന് വിളിക്കുന്നു. അപരിമിതമായ നഷ്ടപരിഹാരം വേണമെന്ന് പ്രവർത്തകരാജ്യത്തോട് ഗുണഭോക്താവായ രാജ്യം പറയാൻ പാടില്ല. ഒരു അതിര് വേണം. ഓപ്പറേറ്റർ അത്യാഹിതഘട്ടത്തിൽ ഭോക്താവായ രാജ്യത്തിന് കൊടുക്കേണ്ട നഷ്ടപരിഹാരത്തിന്റെ അളവ് ഒരു മൂടിവയ്പാണ്. ഇപ്പോൾ പാർലമെന്റിന്റെ മുമ്പിൽ വരാൻപോകുന്ന ബില്ലിൽ ഈ മൂടിയുടെ നിയന്ത്രണം ഇല്ല. അവിടെയാണ് രാജ്യത്തിന്റെ എതിർപ്പ് ഉണ്ടാകുന്നത്. വ്യവസായം നടത്തുന്ന അമേരിക്കൻ കമ്പനിയുടെ കഴിവുകേടുകൊണ്ടോ യന്ത്രവൈകല്യംകൊണ്ടോ വരുന്ന അതിഭീകരമായ നാശത്തിനും നഷ്ടങ്ങൾക്കും ഉത്തരവാദിത്വം മുഴുവൻ ഇന്ത്യതന്നെ വഹിക്കണമെന്നാണ് നമ്മോടുള്ള ദയാവായ്പുകൊണ്ട്

അമേരിക്കയോട് പറയുന്നത്. 'പങ്കജാക്ഷകൃപകൊണ്ട് മുട്ടികുചേൻ' എന്ന തുപോലെയായി ഇന്ത്യ. ചേർണോബിൽ (റഷ്യ) 1965 ൽ സംഭവിച്ച കടുത്ത അത്യാഹിതം ലോകം മറന്നിട്ടില്ല. അത്ര വലുതല്ലെങ്കിലും അമേരിക്കയിൽ അഞ്ചാറുതവണ ഇത്തരം ആണവത്തകരാറുകൾ ഉണ്ടായിട്ടുണ്ട്. ജപ്പാൻ തുടങ്ങിയ മറ്റു രാജ്യങ്ങളിലും ഉണ്ടായിട്ടുണ്ട്. അതിനാൽ ആണവശക്തിനിർമ്മാണശാല എവിടെ ഉണ്ടോ അവിടെ അത്യാഹിത പരിഹാരവ്യവസ്ഥ അനിവാര്യമാണ്. അപകടം സാരമില്ലെന്നും ഇന്ത്യക്ക് താങ്ങാവുന്ന നഷ്ടപരിഹാരമേ വേണ്ടിവരികയുള്ളുവെന്നും അമേരിക്കയിലെ 'ജംബൂകന്മാർ' നടത്തുന്ന പ്രചാരവേല നമ്മുടെ 'കുക്കുടങ്ങൾ' വിശ്വസിച്ചതുപോലെ തോന്നുന്നു.

'ലയബിലിറ്റി' നിശ്ചയിക്കുമ്പോൾ ഏറ്റവും ചെറുതാക്കുകയല്ല, വലുതാക്കുകയാണ് വേണ്ടത്. ഇന്ത്യയെ സ്നേഹിക്കുന്ന മറുനാടുകളിൽ പ്രവർത്തിക്കുന്ന ശാസ്ത്രജ്ഞന്മാർ കണക്കാക്കിയിട്ടുള്ളത് 92 കോടി രൂപ (20 ബില്യൻ ഡോളർ) ഒരു പ്രത്യേക നിക്ഷേപത്തിൽ ഇട്ടാൽ മാത്രമേ ഈ കരാർകൊണ്ട് ഇന്ത്യക്ക് ഗുണമുള്ളൂ എന്നാണ്. നമ്മുടെ നേതാക്കന്മാർ രാജ്യത്തിന്റെ നിലനില്പിനെത്തന്നെ അപായപ്പെടുത്തുന്ന കരാറുകളിൽ ഏർപ്പെട്ടാൽ ഇന്ത്യ ഏറെക്കാലം അവശേഷിക്കുകയില്ല.

ഇപ്പോൾ നിലവിലുള്ള ഒരു അമേരിക്കൻ നിയമപ്രകാരം 'ഓപ്പറേറ്റർ' 500 കോടി രൂപ നഷ്ടപരിഹാരത്തിന് വ്യവസ്ഥയുണ്ട്. ആണവനാശത്തിന്റെ വൈവിധ്യവും അസാധാരണ ഭീകരതയും നല്ലപോലെ മനസ്സിലാക്കിയവർക്കുമാത്രമേ ഈ തുക വളരെ തുച്ഛമാണെന്ന് ബോദ്ധ്യപ്പെടുകയുള്ളൂ. 500 കോടി രൂപ ആണവനിലയത്തിനു തീർത്തും അപര്യാപ്തമാണ്. ഈ അത്യാഹിതത്തിന്റെ വൈപുല്യം ഇവിടെ ചൂണ്ടിക്കാണിക്കാം. 1. എത്ര കോടി രൂപ നഷ്ടപരിഹാരം കൊടുക്കേണ്ട ആപത്തുകൾ ഉണ്ടാകാമെന്ന് അമേരിക്കയിലെ പഠനങ്ങൾതന്നെ തെളിയിച്ചിട്ടുണ്ട്. 2. ആയിരക്കണക്കിനു ചതുരശ്രകിലോമീറ്റർ ഭൂമി ഉപയോഗശൂന്യമായി പാഴായിത്തീരും. 3. എത്രയോ ആളുകളെ സ്ഥലത്തുനിന്ന് ഒഴിപ്പിച്ചു കൊണ്ടുപോയി പുനരധിവാസം ചെയ്യിക്കണം. 4. ക്യാൻസർകൊണ്ടുള്ള മരണം പതിനായിരങ്ങൾക്ക് സംഭവിക്കാം. ഈ പ്രത്യാഘാതങ്ങളെപ്പറ്റി വേവലാതിപ്പെടാൻ സാമാന്യവിദ്യാഭ്യാസമുള്ള ആർക്കും കഴിയേണ്ടതാണ്. പക്ഷേ, നമ്മുടെ ഭരണപ്രതിനിധികൾ ഇന്ത്യക്കാർക്കുവേണ്ടിയല്ല, അമേരിക്കയ്ക്ക് ലാഭമുണ്ടാക്കാനാണ്, തുനിഞ്ഞിറങ്ങിയിരിക്കുന്നത് എന്നു തോന്നുന്നു. ഇന്ത്യക്കുവേണ്ടി അമേരിക്കയോട് സംസാരിക്കാൻ ആരുമില്ലെന്ന് വന്നിരിക്കുകയാണ്. നമ്മുടെ പാർലമെന്റ് പരമാവധി ശ്രദ്ധിച്ചില്ലെങ്കിൽ നൂറ്റാണ്ടിലെ മണ്ടത്തരം നിയമമാക്കിയെന്ന് വന്നേക്കാം.

ഭോപ്പാൽ ആവർത്തിക്കരുത് എന്നാണ് ഇത്രയും എഴുതിയതിന്റെ സംക്ഷേപം. അവിടെ വാതകഒലിപ്പ് തടയാനുള്ള യാന്ത്രികമുൻകരുത

ലുകൾ പലതും ചെയ്തിരുന്നില്ല. ചെയ്ത പലതും അപര്യാപ്തമായിരുന്നു. കുറ്റമേറ്റെടുക്കാൻ ആരുമില്ലാത്ത ലജ്ജാവഹമായ അവസ്ഥ ഉണ്ടായിട്ടും കേന്ദ്രമന്ത്രിസഭ കൂസലില്ലാതെ വർത്തമാനം പറഞ്ഞുകൊണ്ടേയിരുന്നു. ഇതിനിടെ, മെക്സിക്കോ ഉൾക്കടലിൽ ഒരു കൂറ്റൻ കമ്പനിയുടെ എണ്ണക്കപ്പലിന് ചോർച്ചയുണ്ടായി. അമേരിക്കയ്ക്ക് അപായമുണ്ടായപ്പോൾ ഒബാമ എത്ര ധീരമായാണ് കമ്പനിയെക്കൊണ്ട് നഷ്ടപരിഹാരം പിടിച്ചുനിർത്തി വാങ്ങിയത്! ഒരു വ്യത്യാസമുണ്ട്. എണ്ണച്ചോർച്ചയ്ക്ക് ഉത്തരവാദിയായ ബിപി കമ്പനി അന്തസ്സോടെ അപായ പരിഹാരത്തിന് ആവശ്യമായ നഷ്ടത്തുക കൊടുത്തു. ഭോപ്പാൽ കഥാപുരുഷനായ വാറൻ ആൻഡേഴ്സനെപ്പോലെ ഒളിച്ചോടിപ്പോയി ഒളിച്ചുനടക്കേണ്ട അപമാനകരമായ അവസ്ഥയിലേക്ക് അവർ പോയില്ല.

ഇന്ത്യാഗവൺമെന്റ് ഭോപ്പാലിൽ തോറ്റത് അമേരിക്ക ഈ കാണിച്ച തന്റേടം കാണിക്കാനാവാത്തതുകൊണ്ടാണ്. ആണവവ്യവസായകാര്യത്തിലും തോറ്റ് നാടിനെ തുലയ്ക്കാൻ ഇപ്പോൾ കച്ചകെട്ടിയിരിക്കുന്നെന്ന് പേടിക്കേണ്ടിയിരിക്കുന്നു. കാര്യക്ഷമതയുള്ള ശക്തമായ ഗവൺമെന്റാണെങ്കിൽ, ഭോപ്പാൽ നാണക്കോട് ആവർത്തിക്കില്ല എന്ന് പ്രധാനമന്ത്രിയും വിദേശമന്ത്രിയും ഒക്കെത്തന്നെ പാർലമെന്റ് തലത്തിൽവെച്ച് പ്രതിജ്ഞയെടുക്കേണ്ടതാണ്. അത്ര ഗൗരവപൂർണ്ണമായ ഒരു പ്രതിസന്ധി നാം നേരിടാൻ പോവുകയാണ്. ഭോപ്പാലിലെ നിസ്സീമമായ ജീവനാശംകണ്ട ഒരു അമേരിക്കക്കാരൻ പറഞ്ഞുവത്രേ. "ഇന്ത്യയിൽ ജീവന് വില കുറവാണ്" എന്ന്. ശരിയാണ് സായ്പേ, വളരെ ശരി! പക്ഷേ, ഇവിടെ ജനജീവിതത്തേക്കാൾ വിലകുറഞ്ഞതായിട്ട് ഒന്നുണ്ട്. അത് ഇന്ത്യയെ ഭരിക്കുന്ന ഈ ഭരണകർത്താക്കളാണ്. മനുഷ്യത്വം ലവലേശവുമില്ലാത്ത ലജ്ജാശൂന്യരായ ഭരണസാരഥികൾ! ഇവർ ഈ രീതിയിൽ ഭരിച്ച് പുരോഗമിച്ചാൽ, ഇന്ത്യയിലെ ജനസംഖ്യാവർദ്ധനയുടെ നിരക്കുപോലും കുറയ്ക്കാൻ ഇവർക്ക് കഴിഞ്ഞേക്കും!

കഴിഞ്ഞദിവസം കാനഡയിലെ ടൊറന്റോയിൽവച്ച് നമ്മുടെ പ്രധാനമന്ത്രിക്ക് ഒബാമയെ ജി-20 സമ്മേളനത്തിൽ വച്ച് കാണാൻ അവസരമുണ്ടായി. എല്ലാവരുടെ മനസ്സിലും ഉയർന്നുവരുന്ന ഒരു ചിന്ത, മൻമോഹൻ സിങ് ഒബാമയോട് ആൻഡേഴ്സനെ ഇന്ത്യയിലേക്ക് അയക്കാൻ സഹായിക്കുമോ എന്ന ഒരു ചോദ്യം ഉന്നയിക്കുമെന്നായിരുന്നു. ലോകത്തിനുമുന്നിൽ അമേരിക്ക ഇന്ത്യയെ നാണംകെടുത്തിയ ഭോപ്പാൽ ദുരന്തത്തിനു കാരണക്കാരനായ ആൻഡേഴ്സനെ അന്ന് വിമാനം കയറ്റിവിട്ടതിനെക്കുറിച്ചുള്ള വിവാദം കത്തിനില്ക്കുമ്പോഴാണ് സിങ് ഒബാമയെ കണ്ടത്. പക്ഷേ, ആൻഡേഴ്സൻ എന്നൊരു വാക്കുപോലും നമ്മുടെ പ്രധാനമന്ത്രി മിണ്ടിയില്ല. അങ്ങനെയൊരാശയം മനസ്സിലുള്ള ഒരു ദേശസ്നേഹിയായ വ്യക്തിക്ക് ആൻഡേഴ്സനെ കൈമാറണമെന്ന് ആവശ്യപ്പെടാൻ ഇതിനകം ഡസൻകണക്കിന് അവസരം ഉണ്ടായിരുന്നല്ലോ.

എത്ര അപമാനകരമായ നപുംസകത്വമാണിത്. ആൻഡേഴ്സൻ ചിരിക്കുന്നത് നമുക്കെല്ലാം കേൾക്കാം; നമ്മുടെ ഭരണകർത്താക്കൾക്കൊഴികെ; ഇന്ത്യക്കാർക്കെല്ലാം.

രാജ്യതാല്പര്യങ്ങളെ ഇത്രമാത്രം സമ്പൂർണ്ണമായി അവഹേളിക്കുന്ന ഒരു ഗവൺമെന്റ് ഭൂമുഖത്ത് വേറെയുണ്ടോ എന്ന് സംശയിക്കേണ്ടിയിരിക്കുന്നു.

2010 ജൂൺ

ഇനി പാർലമെന്റ് വേണ്ട!

ഇന്ത്യ-അമേരിക്ക നവദാമ്പത്യത്തിന്റെ ഫലമായി ഇന്ത്യക്ക് ലഭിച്ച ആണവക്കരാർ എന്ന ദിവ്യഗർഭം എപ്പോഴാണ്-കാലമെത്തിയിട്ടോ കാലം കഴിഞ്ഞിട്ടോ-പ്രസവിച്ചുകിട്ടുക എന്ന സന്ദേഹത്തിന്റെ ഫലമായി നാട്ടിലെങ്ങും കാണുന്ന നിഷ്ക്രിയതയുടെ ഏറ്റവും സ്പഷ്ടമായ തെളിവാണ് ഇപ്പോൾ നടക്കേണ്ട പാർലമെന്റിന്റെ വർഷകാലസമ്മേളനം മാറ്റിവച്ചത്. ഈ ഗർഭത്തിന്റെ 'ഉദരമോചന'ത്തിന്റെ നിരീക്ഷകനായും മറ്റ് പരിചരണങ്ങൾക്കുവേണ്ടിയും ഈ സമയത്ത് പ്രധാനമന്ത്രി മൻമോഹൻ സിങ് അമേരിക്കയിൽ പോകാൻ നിശ്ചയിച്ചിരിക്കയാണ്. പിന്നെയെന്തിന് പാർലമെന്റ് കൂടണം? പാർലമെന്ററി ജനാധിപത്യത്തിന്റെ പ്രാണനായകനല്ലേ അദ്ദേഹം? ആണവക്കരാറാണ് കൂടുതൽ പ്രധാനം എന്ന് അദ്ദേഹം നിശ്ചയിച്ചുകഴിഞ്ഞാൽ പിന്നെയെന്ത് ലോകസഭാസമ്മേളനം? ലോകസഭയോടുള്ള അത്യധികമായ ബഹുമാനംമൂലമാണല്ലോ അദ്ദേഹം, തിരഞ്ഞെടുക്കപ്പെടാതിരുന്നിട്ടും, പിൻവാതിലിലൂടെ ലോകസഭയിൽ കടന്നുവരുന്നത്. എന്തൊരു രാജ്യസ്നേഹം! പോരെങ്കിൽ രാജ്യസഭയുടെ അനുഗ്രഹമുള്ള വിദേശകാര്യമന്ത്രി പ്രണബ് മുഖർജി വിദേശനയം നോക്കി നടത്തുന്നതും ലാത്തൂർ പാർലമെന്റ് മണ്ഡലത്തിൽ തോറ്റിട്ടും ആഭ്യന്തരമന്ത്രി ശിവരാജ് പാട്ടീൽ രാജ്യത്തിന്റെ സുരക്ഷ 'ഉറപ്പുവരുത്തി'ക്കൊണ്ടിരിക്കുന്നതും ലോകസഭാംഗങ്ങളല്ലാത്ത വ്യക്തികളുടെ പാർലമെന്റ് വ്യവസ്ഥയോടുള്ള പ്രിയത്തിന്റെ മറ്റൊരു തെളിവാണ്. മാത്രമല്ല അമേരിക്കയിൽ പോയി റൈസും (ചോറല്ല, ആളാണ്!) മറ്റും വിളമ്പുന്നത് സശ്രദ്ധം കേട്ട് വിശേഷിച്ചൊന്നും മിണ്ടാതെ തിരിച്ചുവരുന്നതിൽ വിജയിച്ച പ്രതിരോധമന്ത്രിയും ജനാധിപത്യപ്രേമംമൂലം മാത്രമാണ് ലോകസഭയിൽ ഏതോ കുറുക്കുവഴിയിലൂടെ കടന്നുവന്നത്. ഇവയെല്ലാം

ഉൾക്കൊള്ളുന്ന യു പി എ ഗവൺമെന്റും ഇന്ത്യൻ നാഷണൽ കോൺഗ്രസും പാർലമെന്റിന്റെ വർഷകാലസമ്മേളനം വേണ്ടെന്നുവയ്ക്കുന്നുണ്ടെങ്കിൽ അത് ഇന്ത്യയിൽ ജനാധിപത്യം നിലനില്ക്കാനല്ലെങ്കിൽ പിന്നെ മറ്റൊന്നിനും വേണ്ടിയാവില്ല. എന്നിട്ടും ആളുകൾ ലേഖനങ്ങളും മുഖ്യപ്രസംഗങ്ങളും എഴുതിത്തള്ളുന്നു. ഈ ചെയ്തി ഇന്ത്യയുടെ ജനാധിപത്യ സംവിധാനത്തോടുള്ള അവഹേളനമാണ് എന്നൊക്കെ. ജവഹർലാൽ നെഹ്റു പാർലമെന്റിന് കല്പിച്ച പ്രാധാന്യം ഏറെ അമിതമായിരുന്നു എന്നാണ് പുതിയ ഗവൺമെന്റിന്റെ നിരീക്ഷണം. ഇതിനുമുമ്പ് പാർലമെന്റ് സമ്മേളനം ഒഴിവാക്കിയ-'മരവിപ്പിച്ച്'എന്നും പറയുന്നു-ചരിത്രമുണ്ടായില്ലെന്നു പറഞ്ഞ് പലരും സ്തംഭിച്ചുനില്ക്കുന്നു. ആണവക്കരാർ മുമ്പുണ്ടായതല്ലല്ലോ. കരാർ വിജയിപ്പിക്കാൻ ഇതൊക്കെ വേണ്ടിവരും. ഇന്ത്യയുടെ ഭാവി ഈ കരാറിനെ ആശ്രയിച്ചിരിക്കുന്നു എന്ന് സിങ്ങും സോണിയാജിയും പ്രഘോഷിക്കുന്നത് കേൾക്കണം. കഴിഞ്ഞകൊല്ലം ജപ്പാൻപ്രധാനമന്ത്രിക്ക് പ്രസംഗിക്കാൻ അവസരം കൊടുക്കുന്നതിന് വർഷകാലസമ്മേളനം ഒരു മാസത്തോളം നീട്ടിവച്ചില്ലേ? ആണവക്കരാറും ജപ്പാൻ പ്രധാനമന്ത്രിയും വന്നപ്പോൾ പാർലമെന്റ് മാറിനില്ക്കേണ്ടിവന്നു. ആരും അന്തം വിടരുത്! കൗശിക്കിന്റെ പാർലമെന്റ് പ്രവർത്തനപുസ്തകം തുറന്നുനോക്കി, ഒന്നാം പാർലമെന്റ് അഞ്ചുകൊല്ലത്തിനിടയിലും പിന്നീട് ആറാം ലോകസഭ ആറുകൊല്ലത്തിനിടയിലും 600 ൽ അധികം 'ഇരിപ്പ്' നടന്നുവെന്നും പറഞ്ഞ് അദ്ഭുതപ്പെടുന്നവർ, മനോമോഹനയുഗം വന്നപ്പോൾ 2000 ൽ മുതൽ 66 ഉം ആയി സമ്മേളനദിനങ്ങളുടെ എണ്ണം ചുരുങ്ങിയത് ചൂണ്ടിക്കാട്ടി വിഷാദിക്കുന്നു. കഷ്ടം അവരറിയുന്നില്ല, 2008 എന്ന ഈ നടപ്പുവർഷം തീരുമ്പോൾ ഏറ്റവും കുറഞ്ഞ ദിവസങ്ങൾ പാർലമെന്റ് സമ്മേളിച്ചെന്ന കുപ്രശസ്തി അതിന് ലഭിച്ചെന്നുവരും എന്ന്. ആശ്ചര്യവും വിഷാദവുമൊക്കെ ഇക്കൂട്ടർ അപ്പോഴത്തേക്ക് മാറ്റിവയ്ക്കട്ടെ.

ഇത് നെഹ്റുവിന്റെ കാലമല്ല, ആ കുടുംബവുമായി വിവാഹബന്ധമല്ലാതെ മറ്റൊരു ബന്ധവുമില്ലാത്ത ഒരു വനിതയുടെ കാലമാണെന്ന് ഇവർ ഓർക്കാത്തതെന്തുകൊണ്ട്! ഒരുപാട് കടുകടുത്ത പ്രശ്നങ്ങൾ ഇവിടെ ഓളം വെട്ടുന്നുണ്ടെന്ന് പ്രധാനമന്ത്രിക്കും കോൺഗ്രസിലെ വലിയ നേതാക്കൾക്കും നന്നായറിയാം. ഏറ്റവും പുതിയ പ്രശ്നം ഡൽഹിയെ നടുക്കിത്തകർത്ത ഉഗ്രസ്ഫോടനംതന്നെ. പേടിക്കണ്ട - പാകിസ്ഥാനിലെ ഉഗ്രവാദികളെ കീഴടക്കാൻ ബുഷ് സേനയെ വിനിയോഗിച്ചതുപോലെ ഇന്ത്യയുടെ രക്ഷയ്ക്ക് അമേരിക്കൻ പട്ടാളം വന്നുചേരാതിരിക്കില്ല. സിങ് സെപ്തംബർ ഒടുവിൽ നടത്തുന്ന യു എസ് സന്ദർശനത്തിന്റെ അജണ്ടയിൽ ഈ ഇനംകൂടി ചേർക്കാൻ സിങ്ങിന് ഉദ്ദേശ്യമുണ്ട് എന്ന് എല്ലാവരും മനസ്സിലാക്കണം. അമേരിക്കൻ സേനയെ എതിർക്കുക എന്ന ഭോഷത്തം പാകിസ്ഥാനെപ്പോലെ ഇന്ത്യ പ്രകടിപ്പിക്കുമെന്ന് ആരും കരുതേണ്ട. സിങ്ങും സർദാരിയും തമ്മിൽ വ്യത്യാസം

ഇങ്ങനെ പലതുണ്ട്. വേറെയും പ്രശ്നങ്ങൾ ഉണ്ടായിരിക്കും. ജമ്മു-കശ്മീർ, വിലക്കയറ്റം, നാണയപ്പെരുപ്പം തുടങ്ങിയവ ഒരുവശത്തും സ്ത്രീകൾക്കുള്ള റിസർവേഷൻ, വിദ്യാഭ്യാസം എന്ന അവകാശം തുടങ്ങിയവയ്ക്കുള്ള ബില്ലുകൾ വേറൊരു വശത്തും കിടക്കുന്നുണ്ടെന്ന് അറിഞ്ഞുകൊണ്ടുതന്നെയാണ് പ്രധാനമന്ത്രി അമേരിക്കയ്ക്കു പറക്കുന്നത്. ആണവക്കരാർ നേരെയായി വരട്ടെ, മറ്റെല്ലാം നേരേയാവും.

കരാറിന്റെ വിജയപ്രദമായ പരിസമാപ്തിക്ക് എതിരെ കുറെ കാർമേഘങ്ങൾ ഉരുണ്ടുകൂടിവരുന്നുണ്ട്. ബുഷ് കോൺഗ്രസിന് എഴുതിയ കത്ത്, ഓർക്കാപ്പുറത്തുള്ള ഒരു മർമ്മാഘാതമായിപ്പോയി ഇന്ത്യക്ക്. എങ്കിലും 123 കരാറിനെ ഉയർത്തിപ്പിടിച്ചുകൊണ്ട് ബുഷിന്റെ കത്തിനെയും ഹൈഡ് ആക്ടിനെയും കോൺഗ്രസിലെ വിമതരായ സെനറ്റർമാരുടെ അഭിപ്രായങ്ങളെയും എല്ലാം മറികടക്കാൻ സിങ്ങിന് കഴിയുമെന്നാണ് പ്രതീക്ഷ. അവിടെ അങ്ങോർ പോയില്ലെങ്കിലത്തെ സ്ഥിതിയൊന്ന് ആലോചിച്ചു നോക്കൂ.

ഇനി നിങ്ങൾ പറയൂ, അമേരിക്കാസന്ദർശനമാണോ പ്രധാനം, അല്ല പാർലമെന്റ് സമ്മേളനമോ?

ജവഹർലാലും മൻമോഹനും ഇംഗ്ലണ്ടിലാണല്ലോ പഠിച്ചത്. അവർ തമ്മിലുള്ള മാനസികമായ അന്തരം ആ വിദ്യാഭ്യാസം കാരണം കൂടുകയാണ് ചെയ്തത്. നെഹ്റു കേംബ്രിഡ്ജിലും സിങ് ഓക്സ്ഫോർഡിലും ആണ് പഠിച്ചത് എന്നതല്ല വ്യത്യാസം, നെഹ്റു അവിടെനിന്ന് പാശ്ചാത്യദേശങ്ങളുടെ മുഴുവൻ ചരിത്രവും ഗ്രഹിക്കാനും ഇന്ത്യയുടെ സംസ്കാരചരിത്രത്തെ ആഴത്തിൽ മനസ്സിലാക്കാനുംവേണ്ടി പ്രാഥമികമായ വായന നടത്തി ചരിത്രജ്ഞാനം നേടിയ ആളാണ്. മൻമോഹനാകട്ടെ ഓക്സ്ഫോർഡിൽനിന്ന് നന്ദിപൂർവ്വം മനസ്സിലാക്കിയത്, ബ്രിട്ടീഷ് ഭരണംകൊണ്ട് ഇന്ത്യക്ക് സിദ്ധിച്ച റെയിൽവെ, തപാൽ വ്യവസ്ഥ, ഏകഭരണം തുടങ്ങിയ ബാഹ്യങ്ങളായ നേട്ടങ്ങളെപ്പറ്റിയാണ്, പശ്ചാത്തല വ്യത്യാസം ഒരാളുടെ ജനാധിപത്യവ്യവസ്ഥയുടെ പരമമായ മേന്മയെക്കുറിച്ചുള്ള ആരാധനാപരമായ സമീപനത്തിന് കാരണമായപ്പോൾ, മറ്റേയാളുടെ മനസ്സിൽ നേരത്തേയുണ്ടായിരുന്ന പാരതന്ത്ര്യബോധത്തിന് അത് ആക്കംകൂട്ടി. ഈ ഇരുവർ ഇരുന്ന കസേര ഒന്നുതന്നെയെങ്കിലും ചരിത്രത്തിലും ഇന്ത്യക്കാരുടെ മനസ്സിലും ഇവയ്ക്ക് നല്കിയിട്ടുള്ള ഇരിപ്പിടങ്ങൾ രണ്ട് ധ്രുവങ്ങളിലാണ്. ഇന്ത്യൻ നാഷണൽ കോൺഗ്രസ് ഈ ഭിന്നതയുടെ ആഴമെന്തെന്ന് മനസ്സിലാക്കേണ്ട കാലം അതിക്രമിച്ചിരിക്കുന്നതായി തോന്നുന്നു.

നമ്മുടെ പ്രധാനമന്ത്രി ആണവക്കരാർ തട്ടും തടവുമില്ലാതെ അന്തിമരൂപത്തിലെത്തിച്ച് തിരിച്ചുവന്ന് ഒരൂഴംകൂടി ഇന്ത്യയുടെ പ്രധാനമന്ത്രിയായി വരികയാണെങ്കിൽ ('ശാന്തം, പാപം' എന്നൊന്നും പറഞ്ഞിട്ട് ഫലമില്ല) അദ്ദേഹത്തിന്റെ ലക്ഷ്യം, ഇക്കണക്കിന് പാർലമെന്റ് ആവശ്യമില്ലെന്ന നിലയിലേക്ക് ഇന്ത്യയെ അടുപ്പിക്കുകയായിരിക്കില്ലേ?

ഇപ്പോൾത്തന്നെ ഇന്ത്യ-അമേരിക്ക കരാറിന് അമേരിക്കൻ കോൺഗ്രസിന്റെ സമ്മതം ലഭിക്കാൻ സ്വേച്ഛാബുദ്ധിയായ ബുഷുപോലും നെട്ടോട്ടം ഓടുമ്പോൾ, മറുകക്ഷിയായ സിങ് ഇന്ത്യൻ പാർലമെന്റിന്റെ ഒരു സമ്മേളന പരിപാടിയെ മുഴുവൻ പൂഴ്ത്തിവച്ചിരിക്കയാണ്. ഇതിനെപ്പറ്റിയൊക്കെ അദ്ദേഹം ചിന്തിച്ചെങ്കിൽ നമ്മുടെ ഭാഗ്യം! ചിന്തിച്ചില്ലെങ്കിൽ അദ്ദേഹത്തിന്റെയും ബുഷിന്റെയും ഭാഗ്യം. ഈ പാർലമെന്റ് നിഷ്ക്രിയത്വവും ജനാധിപത്യഹിംസയും എല്ലാം നടക്കുന്നത് ഇപ്പോഴത്തെ സ്പീക്കറുടെ വാഴ്ചക്കാലത്താണ്. മൺസൂൺ സെഷൻ വേണ്ടെന്നുവച്ചത് സ്പീക്കർ അറിയാതെയാവാൻ തരമില്ലല്ലോ, അദ്ദേഹം സ്പീക്കർ സ്ഥാനം ഒഴിയേണ്ട സന്ദർഭം ഇതായിരുന്നു. മൻമോഹൻ സിങ്ങും സോണിയയും വീട്ടിൽച്ചെന്ന് വിജയാശംസ നേർന്നതോടെ ചാറ്റർജി അനൗദ്യോഗികമായിട്ടാണെങ്കിലും മാറിയെന്നു തോന്നുന്നു. സിങ്ങിന് ചാറ്റർജിയെക്കൊണ്ട് പാർലമെന്റിൽ ഏത് കളിയും കളിപ്പിക്കാമെന്ന് നമുക്ക് പ്രതീക്ഷിക്കാം.

ഭീമന്റെ പതനം ഭീമൻ അറിയുന്നില്ല. ഇതിനപ്പുറത്ത് വല്ല പതനവുമുണ്ടോ?

2008 സെപ്തംബർ

പ്രശ്നം ആണവമല്ല വെറും കച്ചവടം

കുറെ നാളായി പാർലമെന്റിൽ തീരാത്തലവേദനയായി ആണവ ബാദ്ധ്യതാബില്ലിന്റെ ചർച്ചകൾ നടന്നുവരികയാണ്. വെളിയിൽ വേണ്ടത്ര അലയടിച്ചില്ലെങ്കിലും പാർലമെന്റിൽ ഇടത് - ബി ജെ പി പ്രതിപക്ഷത്തിന്റെ വിയോജിപ്പ് ഗവൺമെന്റിന്റെ നിഗൂഢലക്ഷ്യത്തെ പരാജയപ്പെടുത്തി. വളരെ അത്യാവശ്യവും അനിവാര്യവുമായ ഈ ചർച്ചയിൽ നിഴൽ പായിച്ചത് യു പി എ ഗവൺമെന്റ് ഇക്കാര്യത്തിൽ ആദ്യംതൊട്ട് പുലർത്തിയ രഹസ്യസ്വഭാവമായിരുന്നു. ആണവോർജ്ജംകൊണ്ട് വിദ്യുച്ഛക്തി ഉല്പാദിപ്പിക്കുന്ന ഏർപ്പാടാകയാൽ എന്തോ മന്ത്രം ഉച്ചരിക്കുന്നതുപോലെയാണ് അവർ പെരുമാറിവന്നത്.

അണുവിനെയോ ആണവത്തെയോ എന്തിനെയാണ് ഭയപ്പെടേണ്ടത് എന്ന അറിവില്ലാതെയാണ് ഭരണകർത്താക്കൾ പെരുമാറുന്നത്. പണ്ടൊക്കെ അണു എന്നു പറഞ്ഞാൽ ഏറ്റവും ചെറുത് എന്നും പിന്നീട് രോഗാണു എന്നും ഈ വാക്കിന് അർത്ഥങ്ങളുണ്ടായിരുന്നു. ഇന്ന് അണുവെന്നോ ആണവമെന്നോ സ്മരിക്കുമ്പോഴേക്കും മനസ്സിൽ ഓടിയെത്തുന്നത് ആറ്റംബോംബും മനുഷ്യസംഹാരവുമാണ്. ന്യൂക്ലിയർ ബോംബെന്നും പറയും.

ഈ ബില്ലിന്റെ പേര് സിവിൽ ലയബിലിറ്റി ഫോർ ന്യൂക്ലിയർ ഡാമേജ്ബിൽ 2010 എന്നാണ്, ഉറപ്പ് പറയുന്നില്ല. ശാസ്ത്രജ്ഞർപോലും പല തരത്തിൽ പ്രയോഗിക്കുന്നു. നീണ്ട പേരായതുകൊണ്ടാകാം ആണവാപകടത്തിനുള്ള സാധാരണ ബാദ്ധ്യതാബിൽ എന്ന് ഇതിനെ ഏകദേശം പറയാം. സിവിൽ എന്ന് പറയുന്നത് ഈ ആണവസംവിധാനം ആണവ ആവശ്യങ്ങൾക്കുവേണ്ടിയല്ല, സാധാരണ ജനങ്ങളുടെ ആവശ്യത്തിനുള്ള വിദ്യുച്ഛക്തിയും മറ്റും ഉണ്ടാക്കാനാണെന്ന് വ്യക്തമാക്കുവാനും ഏത്

സാധാരണ ഭാഷയിലും ഈ ആശയം പ്രതിപാദിക്കാമെന്ന് കാണിക്കാനുമാണ് ഇത്രയും എഴുതിയത്. ആണവകാര്യം പറയാൻ ശാസ്ത്രജ്ഞന്മാർക്കും മന്ത്രിപുംഗവന്മാർക്കുമേ പാടുള്ളൂവെന്നും അത് ഇംഗ്ലീഷ് എന്ന ദേവഭാഷയിൽത്തന്നെ വേണമെന്നും വാശിപിടിക്കേണ്ടതില്ല.

എല്ലാം ജനങ്ങൾ അറിയണം. കാരണം ന്യൂക്ലിയർ വിപത്ത് സംഭവിച്ചാൽ അതിന് ജീവന്റെ വില നല്കേണ്ടത് മന്ത്രിമാരോ പാർലമെന്റ് അംഗങ്ങളോ ശാസ്ത്രജ്ഞരോ അല്ല, ജനങ്ങളാണ്. വെറും വാതകപൈപ്പ്പൊട്ടി 1984 ൽ ഭോപ്പാലിൽ സംഭവിച്ച മഹാനാശം ഓർക്കുക, രണ്ടു വർഷം പിന്നിട്ടപ്പോൾ റഷ്യയിലുണ്ടായ ചെർണോബിൽ ദുരന്തം ഓർക്കുക. എത്ര ഭയാനകമായ നാശമാണ് അത് വിതച്ചത്!

അതുകൊണ്ട് ആണവപ്രക്രിയ എന്തുതന്നെയാകട്ടെ, വിപത്ത് അതിന്റെ കൂടെപ്പിറപ്പാണ്. വിപത്ത് അനുഭവിക്കേണ്ടത് ജനങ്ങളാണ്. അതുകൊണ്ട് സിവിൽ ന്യൂക്ലിയർ സംവിധാനത്തിൽ മന്ത്രിമാർ ചിലർ പതുക്കെ എന്ന് തലയാട്ടി പറഞ്ഞൊതുക്കാനുള്ള ബില്ലല്ല ഈ സിവിൽ ലയബിലിറ്റി ഫോർ ന്യൂക്ലിയർ ഡാമേജ് ബിൽ. ഇടതുപക്ഷത്തെയും ബി ജെ പിയെയും (ബി ജെ പി ഇടയ്ക്ക് ചാഞ്ചല്യം കാട്ടിയെങ്കിലും) ഇടപെടലിന്റെ ഫലം കടുത്ത അപകടങ്ങൾ വരാതിരിക്കാനും വന്നാൽ ഇന്ത്യയുടെ ബാദ്ധ്യത ചുരുക്കാനും എത്രമാത്രം ഉപകരിക്കും എന്ന് ഇപ്പോൾ പറയാനാകില്ല. നാളേക്കുള്ള നമ്മുടെ ഏറ്റവും ശക്തമായ രക്ഷാകവചമാണ് അത് എന്ന് ഈ മന്ത്രിപുംഗവന്മാർ ഓർക്കാത്തത് ജനവഞ്ചനതന്നെ.

ബില്ലിലെ 17 (ബി) എന്ന വകുപ്പിലെ ചില വാക്കുകൾ മാറ്റിമറിച്ച് പ്രശ്നം പരിഹരിക്കാമെന്നൊക്കെ ഭരണപക്ഷം കരുതുന്നതും പ്രശ്നം നിസ്സാരമാണെന്ന് വരുത്താനാണ്. ഈ ബിൽ 'ആണവാഗ്നി' എന്ന് വിളിക്കേണ്ട 'തീകൊണ്ടുള്ള കളി' യാണ്. ഈ കുഴപ്പമുണ്ടാക്കാൻ കാരണം ഇന്ത്യയിലെ ആണവറിയാക്ടർ വ്യാപാരത്തിന്റെ നിയമാവലി നിർമ്മിക്കുമ്പോൾ ഇന്ത്യാഗവൺമെന്റ് ഇന്ത്യയുടെ അഥവാ ഇന്ത്യക്കാരുടെ താല്പര്യത്തിന് മുഖ്യസ്ഥാനം നല്കാതെ യന്ത്രസാമഗ്രിയുടെ വില്പനക്കാരുടെ താല്പര്യത്തിന് പ്രാധാന്യം നല്കി എന്നത് മാത്രമാണ്.

ആണവം എന്നൊക്കെയുള്ള വാക്കുകളും അവയുണ്ടാക്കുന്ന ദുഃസ്വപ്നങ്ങളും നാം തല്ക്കാലം മനസ്സിൽനിന്ന് കളയുക. ഇത് ഒരു സാധനം വില്ക്കുന്ന ഒരു കക്ഷി വാങ്ങുന്ന ഒരു കക്ഷിയുമായി എഴുതുന്ന ഒരു കരാറാണ്. ഇത് വെറും കച്ചവടമാണ്. തെക്കൻകൊറിയ തുടങ്ങിയ കൊച്ചുരാജ്യങ്ങളെപ്പോലുള്ള ഒരു ചെറിയ വ്യാപാരത്തിന്റെ കാര്യമല്ല ഇത്. വരുന്ന ഒന്നുരണ്ടു ദശാബ്ദങ്ങളിൽ ഇരുപതോളം റിയാക്ടറുകൾ അമേരിക്കൻ ആണവ വ്യാപാരി വീരന്മാരിൽനിന്ന് വാങ്ങാനിരിക്കുന്നു. കോടാനുകോടി ഡോളറിന്റെ വ്യാപാരമാണ്. വെറും നെല്ലോ തേങ്ങയോ ആണ് വാങ്ങുന്നതെങ്കിലും ഇത്ര വലിയ തുകയുടെ വ്യാപാരമാകുമ്പോൾ പരമാവധി ശ്രദ്ധിക്കേണ്ടതാണല്ലോ. ചരക്ക് ആണവറിയാക്ടർ ആയാലോ?

ഇന്ത്യാ ഗവൺമെന്റ് ഈ വ്യാപാരം വല്ല തുണിത്തരമോ മറ്റോ വാങ്ങാനുള്ളതാണെന്ന് ധരിച്ചതുപോലെ തോന്നുന്നു. ഏത് കച്ചവടത്തിലും വാങ്ങുന്നവനെ ചെറിയ തോതിലെങ്കിലും പറ്റിച്ച് ലാഭത്തിന്റെ പങ്ക് വർദ്ധിപ്പിക്കുകയാണ് വില്പനക്കാരന്റെ തന്ത്രം. ഇവിടെയും അതു തന്നെ സ്ഥിതി. അമേരിക്കയിലെ ഭയങ്കരന്മാരായ സപ്ലൈയർമാർ (വിക്രേതാക്കൾ) പാവപ്പെട്ട ഇന്ത്യ എന്ന ഓപ്പറേറ്ററിൽനിന്ന് (ക്രേതാക്കൾ) ഞെക്കിപ്പിഴിഞ്ഞ് ലാഭം വർദ്ധിപ്പിക്കാൻ ശ്രമിക്കുന്നു.

അത് മനസ്സിലാക്കാം. എന്നാൽ വാങ്ങുന്ന രാജ്യത്തിന്റെ സംരക്ഷണത്തിന് കടപ്പെട്ട ഭരണകർത്താക്കൾ സപ്ലൈയർക്കനുകൂലമായ വകുപ്പുകൾ കുത്തിത്തിരുകി നമ്മുടെ പാർലമെന്റിന്റെ അംഗീകാരം സമ്പാദിക്കാൻ ശ്രമിക്കുന്നുവെന്നു വന്നാലോ? തട്ടിപ്പിനും രാജ്യദ്രോഹപരമായ കുടിലതയ്ക്കും മറ്റൊരു ദൃഷ്ടാന്തം കണ്ടെടുക്കാൻ പ്രയാസമായിരിക്കും. ബില്ലിൽ കാണിച്ചതും പിന്നീട് ഭേദഗതികളിൽ കാണിച്ചുകൊണ്ടിരിക്കുന്നതുമായ മറിമായങ്ങളുടെ പേരിൽ ഇവരെ അധികാരഭ്രഷ്ടരാക്കിയാൽപ്പോലും തെറ്റില്ല. യന്ത്രസാമഗ്രിയുടെ വൈകല്യംകൊണ്ടോ അശ്രദ്ധകൊണ്ടോ വരുന്ന ആപത്തിന് ക്രേതാവിന് (യന്ത്രം ഉപയോഗിക്കുന്ന ആൾ) വരുന്ന നഷ്ടത്തിന് ബില്ലിൽ ആദ്യം വച്ച കരുതൽപണത്തിന്റെ പരമാവധി (കാപ് എന്ന് ബില്ലിൽ) 500 കോടി ഡോളർ ആണ്. ശാസ്ത്രസാങ്കേതിക സമിതി അതിനെ മൂന്നിരട്ടിയായി വർദ്ധിപ്പിച്ചു. അതു പോരാ, ക്രേതാവിന് നഷ്ടം വരുത്താതിരിക്കാൻ ഇവർ കാട്ടുന്ന താല്പര്യവും ഉൽക്കണ്ഠയും എത്രമാത്രമെന്ന് ആലോചിക്കുക. സ്വന്തം നാടിന്റെ താല്പര്യങ്ങൾക്കും ഇവരുടെ മനസ്സിൽ ഇടമില്ല. വിക്രേതാവ് യന്ത്രനിർമ്മിതിയിലോ പ്രയോഗത്തിലോ 'ബോധപൂർവ്വമായ' അശ്രദ്ധ കാണിച്ചാൽ ക്രേതാവിന് നഷ്ടപരിഹാരത്തിന് അവകാശമുണ്ട് എന്ന ആശയവും സപ്ലൈർക്കുവേണ്ടിയാണ്. അത് കരാറിൽപ്പെടുത്തണം എന്ന നിർദ്ദേശം വന്നു. ബോധപൂർവ്വമായ ഉദാസീനത കോടതിയിൽ തെളിയിക്കാൻ എളുപ്പമല്ല. ഭോപ്പാലിൽ നഷ്ടപരിഹാരം ആര് കൊടുക്കണമെന്ന് ഇപ്പോഴും തീരുമാനിക്കാൻ കോടതിക്ക് കഴിഞ്ഞിട്ടില്ല. ഇവിടെ അങ്ങനെ വരില്ലെന്നും നഷ്ടം ഉടനടി പരിഹരിക്കാൻ വ്യവസ്ഥയുണ്ടെന്നും സ്റ്റാൻഡിങ് കമ്മിറ്റി പറയുന്നു. കണ്ടറിയണം. അമേരിക്കയിൽ നിയമസംരക്ഷണത്തിനുവേണ്ടി നമുക്ക് കേസ് നടത്താൻ പറ്റുമെങ്കിൽ ഇവരെ പിടിക്കാം. ഇന്ത്യയിലാണെങ്കിൽ അവർ രക്ഷപ്പെടും. അവരെ രക്ഷിക്കാനുള്ള പഴുതുകളെല്ലാം തുറന്നുവച്ചിരിക്കുന്ന ഉദാരമായ ബില്ലാണ് ഇത്. മനോമോഹനനായ പ്രധാനമന്ത്രി രണ്ടുകൊല്ലം മുമ്പ് ഈ ബില്ലിന്റെ കാര്യമൊന്നും പുറത്തുവന്നിട്ടില്ലാത്ത കാലത്ത്, ബുഷിന് ഇതു സംബന്ധിച്ച് ഉറപ്പ് കൊടുത്തിരുന്നുവെന്ന് ഇപ്പോൾ അറിഞ്ഞിരിക്കുന്നു. പ്രധാനമന്ത്രിയുടെ വാക്ക് പാലിക്കാനുള്ള വ്യഗ്രതയുടെ തെളിവാണ് ഈ വിക്രേതൃസഹാനുഭൂതി. പക്ഷേ പ്രധാനമന്ത്രിയല്ല, ഇന്ത്യൻ ജനങ്ങളാണ് വലുത്. അവരുടെ സംരക്ഷണം ഗവൺമെന്റിന്റെ

ചുമതലയല്ലെന്ന് കേന്ദ്രഗവൺമെന്റിന്റെ വെപ്രാളം കാണുമ്പോൾ തോന്നുന്നു. അത് പ്രതിപക്ഷത്തിന്റെ ചുമതലയാണെന്നതു പോലെയുണ്ട്.

രാജ്യതാല്പര്യങ്ങളെ വൈദേശിക വാണിജ്യതാല്പര്യങ്ങളുടെ ഏറ്റുമുട്ടലിൽ നിന്ന് രക്ഷിക്കേണ്ട ചുമതല ഭരണകൂടത്തിന്റേതാണ്. പ്രധാനമന്ത്രി ആ പരമകർത്തവ്യത്തിൽ നിന്ന് മാറി വിദേശതാല്പര്യത്തിന്റെ രക്ഷയ്ക്കായി വരുന്ന അവിശ്വസനീയമായ അവസ്ഥയാണ് ഇന്ത്യ ഇന്ന് നേരിടുന്നത്. ഇങ്ങനെയുള്ള ഒരു പ്രധാനമന്ത്രിയെ ഒരൊറ്റ നിമിഷം പോലും ആ സ്ഥാനത്ത് വച്ചിരിക്കുന്നത് ശരിയല്ലെന്ന് പറയുന്നത് മനസ്സിലാക്കാൻ കഴിയും. ഇന്ത്യൻ നാഷണൽ കോൺഗ്രസിന്റെ ചരിത്രത്തിൽ ഇത്തരത്തിലൊരു പ്രധാനമന്ത്രി പെരുമാറിയതിന് വേറെ ഉദാഹരണമില്ല. അത്തരമൊരു രാഷ്ട്രീയവിരുദ്ധനയത്തിന്റെ വക്താവും പ്രയോക്താവുമായ ഒരാളെ കോൺഗ്രസ് ഹൈക്കമാൻഡ് വേണ്ട രീതിയിൽ അടിയന്തിരമായി ഇരുത്തേണ്ടിടത്ത് ഇരുത്തേണ്ടിയിരിക്കുന്നു.

കഴിഞ്ഞ ദിവസം നടന്ന പാർലമെന്റ് ചർച്ചയിൽ ബില്ല് ശബ്ദവോട്ടിൽ (അതായത് ബി ജെ പിയുടെ ശബ്ദവും ചേർത്ത്) പാസാക്കിയെന്നറിഞ്ഞു. മൻമോഹൻ സിങ് ആശങ്കാപരിഹാരത്തിനായി ഒരു പുതിയ വാദമുഖവും അവതരിപ്പിച്ചില്ല. അദ്ദേഹം അമേരിക്കൻ പ്രസിഡന്റിന് നല്കിയ വാക്കിനെ രക്ഷിക്കാൻ ആയി എന്നതാണ് ആകെയുള്ള നേട്ടം. രാഷ്ട്രത്തെ അപകടപ്പെടുത്തിക്കൊണ്ട് പ്രധാനമന്ത്രിയെ രക്ഷിക്കേണ്ട വികാരത്തിന് ഒരു പുതിയ പേര് വേണ്ടിവന്നിരിക്കുന്നു. രാജ്യസ്നേഹം, ദേശാഭിമാനം, സ്വാതന്ത്ര്യബോധം എന്നതൊന്നും പോരാ. വരുന്ന രണ്ട് ദശാബ്ദങ്ങൾക്കിടയിൽ നമുക്ക് ആണവവ്യാപാരത്തിൽ വന്നുചേരാവുന്ന വമ്പിച്ച സാമ്പത്തികനഷ്ടത്തിനപ്പുറത്ത് ഏതവസരത്തിലും നമ്മെ വിഴുങ്ങാനിരിക്കുന്ന ആണവവിപത്ത് തലയ്ക്കുമീതെ തൂങ്ങിക്കിടക്കുകയും ചെയ്യുന്നു.

ദേശീയസ്വാതന്ത്ര്യത്തിന് ക്ഷതം വരുത്തുകയും വ്യാപാരനഷ്ടം വളർത്തുകയും ആണവവിപത്തിന് കവാടം തുറന്നിട്ടുകൊടുക്കുകയും ചെയ്യുന്ന ഈ ദുരിതങ്ങളുടെ 'പാക്കേജ്' എന്തിനാണ് ഇവർ ഇത്ര തിടുക്കത്തിൽ എല്ലാ എതിർപ്പുകളെയും അവഗണിച്ചുകൊണ്ട് പാസാക്കിയെടുത്തത് എന്ന് മനസ്സിലാക്കാൻ കഴിയുന്നില്ല. അമേരിക്കൻദാസ്യം വഹിക്കുന്നതിന് വഴിയൊരുക്കിയതുകൊണ്ട് എന്താണ് നേട്ടം? ഇവർക്ക് വല്ല പാക്കേജും ലഭിക്കാൻ സാദ്ധ്യതയുണ്ടോ?

ഇപ്പോൾ പൂച്ച സഞ്ചിയിൽനിന്ന് പുറത്തുചാടി. അമേരിക്കൻ പത്രങ്ങളെല്ലാം അമേരിക്കൻ കമ്പനികൾക്ക് ലഭ്യമായ ലാഭത്തെക്കുറിച്ച് എഴുതിയിരിക്കുന്നു. അവർക്ക് നേട്ടമുണ്ടാക്കിയ മനോമോഹനനെ അനുമോദിച്ചിട്ടുമുണ്ട്. ഇദ്ദേഹം എന്തെല്ലാമാണാവോ കാട്ടിക്കൂട്ടാൻ പോകുന്നത്!

ഭോപ്പാൽ എന്ന തമാശ

ആയിരത്തി തൊള്ളായിരത്തി തൊണ്ണൂറ്റി എട്ടിൽ മലയാളികൾ ക്ഷണിച്ചതനുസരിച്ച് എനിക്ക് ഭോപ്പാലിൽ പോകേണ്ടിവന്നു. ലോകമഹാദുരന്തങ്ങളിൽ ഒന്നായ വിഷവാതകവിനാശം നടന്ന സ്ഥലം കാണണമോ വേണ്ടയോ എന്ന് എന്റെ മനസ്സ് സംശയച്ചുഴിയിൽപ്പെട്ട് കുറെ വട്ടം കറങ്ങി. ഒടുവിൽ പോകാമെന്ന് തീരുമാനിച്ചത്, അവിടത്തെ മലയാളികളോട് സാന്ത്വനത്തിന്റെയും സൗഹൃദയത്തിന്റെയും വാക്കുകൾ പറയാൻ ഒരവസരമായല്ലോ എന്ന വിചാരം കൊണ്ടായിരുന്നു. അന്നവിടെ ഗവർണ്ണർ കേരളീയനായ പ്രഫ. കെ എം ചാണ്ടി ആയിരുന്നു. അന്ന് ആ ദുരന്തത്തിന് നീതിയുടെ വക അന്ത്യം വന്നുചേർന്നിരുന്നില്ല. പിന്നെ ഒരു വ്യാഴവട്ടം കഴിഞ്ഞപ്പോൾ - സംഭവാനന്തരം 26 കൊല്ലം പിന്നിട്ടിട്ട് - ഒടുവിൽ ഉണ്ടായത് ഏതോ എട്ടു പ്രതികളെ പിടിച്ച് രണ്ടു കൊല്ലം തടവിന് ശിക്ഷിച്ചു എന്നതുമാത്രമാണ്. ഇത് വായിച്ച് ജനങ്ങൾ തങ്ങളുടെ പ്രതികരണങ്ങൾ വളരെ വികാരത്തോടെ ഭാഷാ-ആംഗലപത്രങ്ങളിൽ എഴുതിക്കണ്ടു-ഞെട്ടിക്കുന്നത്, നിരാശാജനകം, പുണ്ണിൽ അമ്പ് തറയ്ക്കുക, അവിശ്വസനീയം, നീതിനിഷേധം എന്നിങ്ങനെ പല പല കുറ്റപ്പെടുത്തലുകൾ! ഇതെല്ലാം വായിച്ചിട്ടും പറയേണ്ടത് പറഞ്ഞില്ല എന്ന തോന്നൽ ബാക്കി നില്ക്കുന്നു.

നാളുകൾ കുറേപോയി. അതിനിടയിൽ 1984 ഡിസംബർ 2 തൊട്ട് നടന്ന ദുരന്തപരിഹാര പരിപാടികൾ എല്ലാം ഒന്നുകൂടി മനസ്സിലിട്ട് കശക്കിയപ്പോൾ ഞാൻ പെട്ടെന്ന് പൊട്ടിച്ചിരിച്ചുപോയി. അപ്പോഴാണ് എനിക്ക് സത്യം വെളിപ്പെട്ടത്. ഭോപ്പാൽ കേസ് വിധി പ്രത്യേകമായി 'ഷോക്കിങ്' എന്നൊന്നും പറയാനില്ല. 1984 തൊട്ട് ഭോപ്പാൽ വിധിവരെ ആ വിഷവാതക ദുരന്തത്തെ മുൻനിർത്തി ഈ നാട്ടിൽ പ്രമാണിമാർ ചെയ്തതും

പറഞ്ഞതും ആലോചിച്ചാൽ സാമാന്യബുദ്ധിയുള്ള ആരും പൊട്ടിച്ചിരിച്ചു പോവുകയേള്ളു. 26 കൊല്ലം തുടർച്ചയായി നടന്ന സംഗതികളുടെ പകുതി കേട്ടാൽ ചിരിച്ച് ചിരിച്ച് ഭ്രാന്ത് പിടിച്ചുപോയേക്കും. ചിരിക്കാനുള്ള കാര്യങ്ങൾ ഞാൻ മനസ്സിൽ കണക്കാക്കിയത് താഴെ കുറിക്കട്ടെ.

1. 4000 ആളുകൾ ദുരന്തദിനങ്ങളിൽ വഴിയോരത്തും വീടുകളിലും മരിച്ചു വീഴുകയും പതിനായിരക്കണക്കിന് പേർ മഹാവ്യാധികൾ പിടിപെട്ട് മരിക്കാതെ പിന്നീട് മരിക്കാത്തതിന്റെ നരകം അനുഭവിക്കുകയും ചെയ്തിട്ടും ശരിയായ പ്രതികളെ കണ്ടെത്താനോ കൈയിൽ കിട്ടിയവരെ ശിക്ഷിക്കാനോ സാധിക്കാത്ത ഒരു മഹാരാജ്യം, അതിന്റെ സുപ്രീം കോടതിയും കീഴോട്ട് നീതി ത്വരിതപ്പെടുത്തുന്നതിന് സംവിധാനം ചെയ്തിട്ടുള്ള ജില്ല തുടങ്ങിയ ബഹുതലങ്ങളിലുള്ള കീഴ്ക്കോടതികളും എല്ലാം ഉണ്ടായിട്ടും വിധി എന്നു പറയുന്ന 'അനീതി' പ്രഖ്യാപിക്കാൻ നാം എടുത്ത കാലം 26 ചെറിയ (സാധാരണ പറയാറുള്ളത് 'നീണ്ട' എന്നാണല്ലോ) വർഷങ്ങൾ ആണ്. ഈ വിധി പറഞ്ഞ ന്യായാധിപൻ ഇത് പറയേണ്ടിവന്ന ദുർവ്വിധിക്ക് താൻ വഴങ്ങില്ലെന്ന് പറഞ്ഞ് രാജി വെച്ചൊഴിയേണ്ടതായിരുന്നു. ഛെ, രാജി വെക്കുകയോ! ഭോപ്പാൽ കേസിൽ വിധി പ്രസ്താവിക്കുന്ന ചരിത്രനിയോഗസന്ദർഭം വേണ്ടെന്ന് വെയ്ക്കുകയോ? രാജിവെക്കുന്നത് അതിലും മഹത്തായ ചരിത്ര നിയോഗമാണെന്ന് ആ നിയമപാലകന് മനസ്സിലായില്ല.

ഇതൊക്കെയോർത്താൽ കോപിക്കുകയോ കരയുകയോ അല്ല വേണ്ടത്, പൊട്ടിച്ചിരിക്കുകയാണ്!

2. ഇങ്ങനെ വിധിക്കാൻ കാരണം പ്രതികളുടെ നേരേ പ്രയോഗിക്കുന്ന വകുപ്പിന്റെ സ്വഭാവമാണ്. ഞാൻ നിയമപണ്ഡിതനല്ല. അതിനാൽ സത്യം പറഞ്ഞുപോകുന്നു. എം ഐ സി എന്ന് ചുരുക്കി വിളിക്കുന്ന മീതൈൻ ഐസോ സയനൈറ്റ് എന്ന രാസവസ്തു സൂക്ഷിക്കുന്ന ഉരുക്ക് ടാങ്കിന്റെ പൈപ്പ് സമ്മർദ്ദംകൊണ്ട് പൊട്ടിപ്പിളരണമെങ്കിൽ സുരക്ഷാസംവിധാനങ്ങൾ എത്രമാത്രം ഇല്ലാതിരിക്കുകയോ പോരാതാവുകയോ വേണം. 1981 ലും 82 ലും ചെറിയ തോതിൽ ചോർച്ച ഉണ്ടായിരുന്നു. എന്നിട്ടും കുറ്റകരമായ നരഹത്യ എന്ന കുറ്റം ആരോപിക്കാതെ (സി ബി ഐ ആദ്യം ആ കുറ്റമാണ് രേഖപ്പെടുത്തിയത്) കോടതിയിലെത്തുമ്പോൾ കുറ്റം അശ്രദ്ധമൂലം സംഭവിച്ച അപകടം ആയി മാറി. ഈ കുറ്റത്തിന് നരഹത്യയ്ക്കുള്ള ശിക്ഷ നീതിന്യായാസനത്തിന് വിധിക്കാൻ പറ്റുമോ? ആകാശം ഇടിഞ്ഞുവീണാലും നീതി തെറ്റാതെ നടത്തുമെന്ന വീരപ്രതിജ്ഞയെടുത്ത നമ്മുടെ കോടതികളെപ്പറ്റി ഇങ്ങനെ ആശങ്കകൾ പ്രചരിപ്പിക്കാമോ? അശ്രദ്ധയ്ക്ക് കൊടുക്കാവുന്ന പരമാവധി ശിക്ഷയാണ് കൊടുത്തത്, ഒരു ദിവസം ഇളവു ചെയ്തിട്ടില്ല. ഇങ്ങനെയൊരു കുരുക്ക് ഉണ്ടെന്ന് ഇപ്പോഴാണ് നാമൊക്കെ അറിയുന്നത്. കേസ് എടുത്തപ്പോൾ ഈ കുരുക്ക് ആരെങ്കിലും ചൂണ്ടിക്കാണിച്ചോ? നിയമമന്ത്രിക്കോ സുപ്രീം കോടതിക്കോ ഈ വൈകല്യം നേരത്തേ ചൂണ്ടിക്കാ

ട്ടാൻ പാടില്ലായിരുന്നോ? ഔദ്യോഗികമായിട്ട് പാടില്ലെങ്കിൽ അനൗദ്യോഗികമായിട്ടോ അനൗപചാരികമായിട്ടോ പാടില്ലെന്നുണ്ടോ? ഒന്നുമുണ്ടായില്ല.

നാലായിരം പേർ മരിക്കുകയും ആയിരക്കണക്കിന് പേർ രോഗബാധിതരാവുകയും ഇനി പ്രസവിക്കുന്ന കുഞ്ഞുങ്ങളെപ്പോലും ഗ്രസിക്കുവാൻ ബാക്കിയുള്ളതുമായ ഈ ഭയങ്കര വിഷവാതകത്തിന്റെ കടുത്ത നരഹത്യ നടന്നിട്ട് ശിക്ഷ രണ്ടു കൊല്ലത്തെ തടവ്! പോരേ?

അമ്മയുടെ കൈവെട്ടിയ മദ്യപനായ മകനെ അതിലേറെ മദ്യപനായ അച്ഛൻ ശിക്ഷിച്ചതെങ്ങനെയെന്ന് കേട്ടിട്ടില്ലേ? നല്ല വള്ളിച്ചൂരൽകൊണ്ട് ഉള്ളം കൈയിൽ മൂന്ന് അടി!

ഞാൻ പറയാതെ തന്നെ നിങ്ങൾ ചിരിച്ചുതുടങ്ങിയിരിക്കാം.

3. കാർബൈഡ് കമ്പനിയുടെ ഏതെല്ലാമോ ഉപശാഖകളിലെ ഉദ്യോഗസ്ഥന്മാരെയാണ് ശിക്ഷിച്ചത്. ശിക്ഷിക്കേണ്ടത് കമ്പനി ചെയർമാൻ വാറൻ ആൻഡേഴ്സനെയാണ്. അദ്ദേഹം ഇന്ത്യയിലില്ല ഇപ്പോൾ. അദ്ദേഹം തിരിച്ചുവരാതിരിക്കില്ലെന്ന ശുഭപ്രതീക്ഷയിലാണ് മൻമോഹൻ സിങ്ങ്, വീരപ്പ മൊയ്‌ലി, ചിദംബരം, എ കെ ആന്റണി തുടങ്ങിയ പല മന്ത്രിമാരും. വെറുതെയുള്ള ശുഭപ്രതീക്ഷയല്ല. കാരണമില്ലാതെ ഈ മഹാമനസ്കർ ആൻഡേഴ്സന്റെ തിരിച്ചുവരവിൽ വിശ്വാസം അർപ്പിച്ച് നാമം ജപിച്ച് കഴിയുമോ? ആൻഡേഴ്സനെ ആദ്യം വീട്ടറസ്റ്റിൽ ആണ് പെടുത്തിയത്. പക്ഷേ, അദ്ദേഹത്തിന് അമേരിക്കയിൽ വിഷവാതകച്ചോർച്ചയില്ലാത്ത ഒരു സ്ഥലത്ത് പോയിത്താമസിക്കണമെന്ന് ഒരാഗ്രഹം. ആവശ്യമുള്ളപ്പോൾ തിരിച്ചുവന്ന് നിയമനടപടികൾ നേരിടുമെന്ന് അദ്ദേഹം വാഗ്ദാനം ചെയ്തുവത്രേ. കേന്ദ്ര ഗവൺമെന്റ്-അർജുൻ സിങ്ങ് മാത്രമല്ല-ഇതൊക്കെ അറിഞ്ഞിട്ടും നരഹത്യാനായകനെ, കൂട്ടിൽനിന്ന് കിളിയെ കാട്ടിലെന്നപോലെ, ഇന്ത്യയിൽ നിന്ന് പുറത്തുപോകാൻ അനുവദിച്ചു. അദ്ദേഹം സുഖമായിപ്പോയി. നാട്ടിൽ സുഖം അനുഭവിക്കുന്ന ഒരാൾ ഇന്ത്യയിൽ പോയി തടവുശിക്ഷയോ കൊലക്കയറോ അനുഭവിക്കേണ്ട കാര്യം വല്ലതുമുണ്ടോ? പക്ഷേ, നമ്മുടെ നാട്ടിൽ ഇത്ര ഭയങ്കരനായ ഒരു കൊലയാളി തിരിച്ചുവരുമെന്ന വാക്കിനെ വിശ്വസിച്ചുകൊണ്ട് നാടുവിടാൻ സമ്മതിച്ച ഇന്ത്യയിലെ ഭരണകർത്താക്കളെപ്പറ്റി വായനക്കാർക്ക് എന്തു തോന്നുന്നു? ആൻഡേഴ്സൻ എന്ന മാനവദ്രോഹിയുടെ പൊടിപോലും ഇന്ത്യ വിട്ടാൽ കിട്ടുകയില്ലെന്ന് ഇവിടത്തെ കൊച്ചുകുട്ടികൾക്കുവരെ അറിയാം. പക്ഷേ, അദ്ദേഹത്തിന്റെ വെറുംവാക്ക് വിശ്വസിച്ച് ആളെ വിദേശത്തേക്കു പോകാൻ സമ്മതിച്ച നമ്മുടെ ഭരണകർത്താക്കളെ ഓർക്കേണ്ട താമസം, ആരും ചിരിച്ച് മണ്ണുകപ്പിപ്പോകും.

4. പക്ഷേ, 1992 ൽ ഭോപ്പാലിലെ ഒരു ഡിസ്ട്രിക്ട് കോടതി ആൻഡേഴ്സൻ, തിരിച്ചുവരാത്തവണ്ണം നിയമത്തെ പേടിച്ച് ഓടിപ്പോയവൻ ആണെന്ന് ഒരു വിധി പുറപ്പെടുവിച്ചിരുന്നു. ഇംഗ്ലീഷിൽ Fugitive എന്നു പറയും. അയാളെ പിടിച്ച് ഇന്ത്യയിലെത്തിക്കണം എന്നായിരുന്നു

കോടതി ഓർഡർ. വല്ലതും നടന്നോ! ഈ വർഷങ്ങൾക്കിടയിൽ മന്ത്രിമാരും വൻകിട ഉദ്യോഗസ്ഥന്മാരുമായിട്ട് ഒരു നൂറു പേരെങ്കിലും അമേരിക്കയിൽ പോയിട്ടുണ്ടാവണം. ഒരാൾ എങ്കിലും ആൻഡേഴ്സനെ വിട്ടുകിട്ടാനായി അമേരിക്കൻ പ്രസിഡന്റിനെയോ വൈസ് പ്രസിഡന്റിനെയോ കാണാൻ മുതിർന്നില്ലല്ലോ. *ഹിന്ദു* വിന്റെ ലേഖകൻ ആൻഡേഴ്സനെ കണ്ടുപിടിക്കാൻ അങ്ങേരുടെ ബംഗ്ലാവിൽ പോയിരുന്നത് പത്രത്തിൽ വായിച്ചിരുന്നു. ആൻഡേഴ്സന് അമേരിക്കയിൽ മൂന്നു നാലു ബംഗ്ലാവുകളുണ്ട്. മൻമോഹൻ സിങ്ങും പ്രണബ് മുഖർജിയും മറ്റും എത്ര തവണ അമേരിക്കൻ പ്രസിഡന്റിനെ കാണാൻ പോയിരുന്നില്ല? വല്ലപ്പോഴും പ്രസിഡന്റിനോട് ഈ ക്രിമിനൽ പുള്ളിയെ വിട്ടുതരണമെന്ന് ശ്വാസംകൊണ്ടുപോലും പറഞ്ഞോ? ഫുജിറ്റീവ് ആയ ഒരാളെ വിട്ടുതരില്ലെന്ന് ഒരു ഭരണാധികാരിക്ക് പറയാനാവില്ല. ഇങ്ങനെയുള്ള ഒരു ഗവൺമെന്റാണ് നമ്മളുടേത്. ഭോപ്പാൽ പ്രശ്നത്തിന് മറുപടി പറയേണ്ടതു തന്നെ ഇല്ലെന്നും കോൺഗ്രസ് കക്ഷി പ്രസ്താവിച്ചിരിക്കുന്നു. എങ്ങനെ? പല്ലു തേയ്ക്കാത്തവന് കുളിക്കാൻ എണ്ണയും സോപ്പും കൊടുക്കണമെന്ന് പറയുന്നതുപോലെ. ആളുകളെ ചിരിപ്പിക്കാനല്ലാതെ ഈ തീരുമാനംകൊണ്ട് വല്ലതും നേടാൻ കഴിയുമോ?

5. അമേരിക്കൻ കോടതിയിൽ മുന്നൂറ് കോടി ഡോളർ നഷ്ടപരിഹാരത്തിന് കൊടുത്ത കേസ്, ഇന്ത്യയിലാണ് കേസിന്റെ നിലനില്പ് എന്ന ന്യായത്തിൽ അമേരിക്കൻ കോടതി തള്ളിയിരുന്നു. ഇന്ത്യയിൽ നടന്നത് ഒടുവിൽ സുപ്രീം കോടതി 47 കോടി ഡോളറിൽ അത് ഒതുക്കി എന്നതാണ്. നേരത്തെ ചോദിച്ചതിന്റെ 15 ശതമാനം വരില്ല ഇത്. ഭോപ്പാൽ ദുരന്തത്തിൽ ജീവൻ പോയവരും ജീവിതവും ആരോഗ്യവും തുലഞ്ഞവരും ആയിരങ്ങളും പതിനായിരങ്ങളുമാണ്. ഒരു മനുഷ്യന്റെ ജീവിതം പോലും അമൂല്യമാണെന്ന് പ്രഖ്യാപിക്കുന്ന ഒരു ഭരണഘടനയ്ക്കും നിയമവ്യവസ്ഥയ്ക്കും കീഴിൽ പ്രവർത്തിക്കുന്ന ഒരു ഗവൺമെന്റ് ആയിരങ്ങളുടെ ജീവന് കല്പിച്ച വില ഇതാണ്. എന്തു ചെയ്യും, ചിരിച്ചുമരിക്കുകയല്ലാതെ!

6. ഇപ്പോൾ തീരുമാനം എടുക്കാൻ മന്ത്രിമാരുടെ ഒരു സംഘത്തെ ചുമതലപ്പെടുത്തിയെന്നും അവർ തിങ്കളാഴ്ച റിപ്പോർട്ടു നല്കുമെന്നും കണ്ടു. ഈ കമ്മിറ്റിയിലുള്ള പലരും യൂണിയൻ കാർബൈഡുമായി ബന്ധമുള്ള പല കമ്പനികളുമായും ബന്ധമുള്ളവരാണെന്ന് ശക്തിയായ ആക്ഷേപമുണ്ട്. ഇവർ എന്ത് റിപ്പോർട്ടാണ് സമർപ്പിക്കുക എന്ന് നമുക്ക് ഊഹിക്കാം.

നരസിംഹറാവു (അന്നത്തെ ആഭ്യന്തര മന്ത്രി), അർജുൻ സിങ് (അന്നത്തെ മദ്ധ്യപ്രദേശ് മുഖ്യമന്ത്രി), രാജീവ് ഗാന്ധി (അന്നത്തെ പ്രധാനമന്ത്രി) ഇവരെല്ലാം കണ്ണടച്ചും മിണ്ടാതെയും ആണ് ആൻഡേഴ്സന്റെ പലായനത്തിന് വഴി സുഗമമാക്കിയത്. ജാമ്യത്തിലിറങ്ങിയ ആളാണ് രക്ഷപ്പെട്ടത്, രക്ഷപ്പെടാൻ നാം വഴിയൊരുക്കിക്കൊടുത്തു. ഭീകരൻ കസ

ബിനെയും മറ്റും പിടിച്ചതുപോലെ പിടിച്ചുകൊണ്ടുവരേണ്ട പ്രതിയാണ് ആൻഡേഴ്സൻ. പക്ഷേ, ആൾ ജസ്റ്റിസ് കൃഷ്ണയ്യർ ആശ്ചര്യപ്പെട്ടതുപോലെ, “ചിത്രത്തിൽ ഒരേടത്തും ഇല്ല,” പാവങ്ങളോട് പ്രതിബദ്ധതയും നീതിനിർവ്വഹണത്തിൽ നിഷ്ഠയും ഉള്ളവരാണെങ്കിൽ ഈ മന്ത്രിസംഘം ചെയ്യേണ്ടത് നേരത്തെ ജസ്റ്റിസ് വെങ്കട ചെല്ലയ്യ നിർദ്ദേശിച്ചിട്ടുണ്ട്. 40 കോടി ഡോളറിലും കുറഞ്ഞ നഷ്ടപരിഹാരമാണ് വിധിക്കപ്പെടുന്നതെങ്കിൽ, ബാക്കി കൊടുക്കേണ്ട തുക ഗവൺമെന്റ് നല്കേണ്ടതാണ് എന്നത്രേ ആ നിർദ്ദേശം. നമ്മുടെ ഈ കഴിവുകെട്ട ഭരണകൂടം അത്തരമൊരു ധീരമായ തീരുമാനം കൈക്കൊള്ളുമെന്ന് കരുതുന്നവരെയോർത്ത് ചിരിക്കാൻ വിധിക്കപ്പെട്ടവരാണു നാം.

ഭോജ രാജാവ് സ്ഥാപിച്ച നഗരമാണത്രേ ഭോ(ജ)പ്പാൽ. ഇന്ന് അത് ഒരു അമേരിക്കക്കാരൻ കച്ചവടക്കാരൻ നശിപ്പിച്ചിരിക്കുന്നു.

2010 ജൂൺ

മൗവും മാവോയിസ്റ്റുകളും തമ്മിലെന്ത്?

ഇപ്പോൾ പ്രധാനമായി ബംഗാളിൽ നടമാടുന്ന മാവോയിസ്റ്റാക്രമണത്തെക്കുറിച്ച് എഴുതണമെന്ന് വിചാരിച്ചപ്പോഴെല്ലാം, നേരത്തെ നടന്നതിലും കഠോരമായ ഒരു നരമേധം നടന്ന റിപ്പോർട്ട് കണ്ട്, എഴുതാൻ അല്പം കഴിയട്ടെ എന്ന് വയ്ക്കുകയായിരുന്നു. ഇങ്ങനെ നീട്ടിവച്ചുതുടങ്ങിയാൽ എഴുതാനാകില്ലെന്നു മനസ്സിലായതുകൊണ്ടാണ് ഇപ്പോൾ ലേഖനം എഴുതാമെന്ന് തീരുമാനിച്ചത്.

കഴിഞ്ഞ മേയ് 28നാണ് ജ്ഞാനേശ്വർ എക്സ്പ്രസിന്റെ പാളം തെറ്റലും തുടർന്നുണ്ടായ ചരക്കുവണ്ടിയുടെ കൂട്ടിമുട്ടലും നടന്നത്. നൂറ്റമ്പതോളം പേരാണ് ഇവിടെ കശാപ്പുചെയ്യപ്പെട്ടത്. ഈ അറുംകൊലയുടെ രാഷ്ട്രീയത്തിന്റെ വിജയാട്ടഹാസമായിരുന്നു അത്. മരിച്ചവരും മുറിവേറ്റവരും നൂറുകണക്കിന്. അതിനുമുമ്പ് പലേടത്തും നടന്ന ബസ് തകർക്കലും കുഴിബോംബ് സ്ഫോടനങ്ങളും രണ്ടക്കങ്ങളിലേ മരണസംഖ്യ കുറിച്ചുള്ളു. ഏപ്രിലിൽ ദന്തേവാഡെയിൽ 76 ജവാന്മാരെത്തന്നെ എരിച്ചുകൊന്നപ്പോൾ ജനങ്ങളും ഗവൺമെന്റുകളുമെല്ലാം വിശ്വസിക്കാനാകാതെ പകച്ചുനിന്നുപോയി. അങ്ങനെ സ്തബ്ധരായി നില്ക്കുന്നത് അക്രമികളുടെ വിജയമായിരിക്കാം. എന്തുകൊണ്ട് ഇങ്ങനെ കുറെ ആളുകൾ മനുഷ്യരക്തത്തിൽ മുങ്ങിക്കുളിക്കുന്നു എന്നൊക്കെയുള്ള ആലോചനകളുടെ സമയമല്ല ഇത്. അർജ്ജുനനോട് കൃഷ്ണൻ പറഞ്ഞതുപോലെ “നീ താഴെ വീണ ഗാണ്ഡീവം എടുത്ത് ശത്രുക്കളുടെ നേരെ അസ്ത്രങ്ങൾ പായിക്കുക, ശരിയോ തെറ്റോ എന്നൊക്കെ പിന്നെ ചിന്തിക്കാം.” ചിന്തിക്കേണ്ട സമയത്ത് ചിന്തിച്ചില്ല. അതുകൊണ്ട് ഇത്രത്തോളം കടുത്തുപോയി കൊലകൾ. ഇനി പ്രവർത്തിക്കേണ്ട സമയത്ത് പ്രവർത്തിച്ചില്ലെങ്കിൽ സ്ഥിതി വളരെയേറെ വഷളായിത്തീരും.

കേന്ദ്ര ഗവൺമെന്റ് വില്ലെടുക്കാൻ മടിച്ച്, വായ്ത്താരി ഘോഷിക്കുകയാണ്. ജ്ഞാനേശ്വർ എക്സ്പ്രസ് പാളംതെറ്റിയ ഉടൻ ബംഗാളിലെ ഭരണകക്ഷിയുടെ അട്ടിമറിയാണ് ഇതെന്നായിരുന്നു കേന്ദ്രമന്ത്രി മമത ബാനർജിയുടെ പ്രതികരണം. പാളം തെറ്റിച്ചത് തങ്ങളാണെന്നും ചരക്കുവണ്ടി ലക്ഷ്യമിട്ടാണ് അട്ടിമറിക്ക് തുനിഞ്ഞതെന്നും അതിന് നേതൃത്വം നല്കിയ മഹാതോയും കൂട്ടരും പൊലീസ് ചോദ്യംചെയ്യലിൽ വെളിപ്പെടുത്തിയപ്പോൾ മമതയ്ക്കു മിണ്ടാട്ടമില്ലാതായി. കേന്ദ്രമന്ത്രിപദത്തിലിരുന്ന് മാവോയിസ്റ്റ് അക്രമികളെ സഹായിക്കുന്ന ആ മന്ത്രി ചെയ്യുന്നത് തികഞ്ഞ രാജ്യദ്രോഹമാണ്. ചിദംബരത്തിന്റെ സൂക്ഷ്മനിരീക്ഷണങ്ങളും മൻമോഹൻ സിങ്ങിന്റെ ധീരപ്രസ്താവനകളും വായിക്കാൻ കൊള്ളാം. പക്ഷേ, എലിയെ പിടിക്കാൻ അവ പോരാ, ദുർബ്ബലമായ ജനാധിപത്യം ഉള്ളേടത്ത് ഇത്തരം ഭീകരഗ്രൂപ്പുകൾ പൊന്തിവരും. ഗവൺമെന്റ് താക്കീതിനു പകരം തോക്ക് വേണ്ടതുപോലെ ഉപയോഗിച്ചില്ലെങ്കിൽ ഇവർ ശക്തി പ്രാപിക്കും. നക്സൽബാരി പ്രസ്ഥാനം എന്ന പേരിൽ കുറച്ചുകൊല്ലം ബംഗാൾതൊട്ട് ആന്ധ്രയിലൂടെ കേരളം വരെ പടർന്നുപിടിച്ച ഇതു പിന്നീട് ക്ഷയിച്ചുപോയി. കേരളത്തിൽ നക്സൽ കലാപം നയിക്കാൻ വന്ന യുവതീയുവാക്കളുടെ നേതൃത്വം ചിതറിപ്പോയി. മിസോറാമിൽ പിന്നീട് ലാൻസെങ്ങിന്റെ നേതൃത്വത്തിൽ പട്ടാളത്തിൽ നിന്ന് പൊടിച്ചുവന്ന നാഷണൽ റെജിമെന്റും ക്രമേണ ക്ഷയിച്ചുപോയി.

നല്ല വിദ്യാഭ്യാസമുള്ളവരാണ് ഈ വിപ്ലവസംഘടനകളിൽപ്പെട്ടവർ. അവരെപ്പറ്റി പഠിച്ചവർ പറയുന്നത്, അവർ തങ്ങളുടെ ലക്ഷ്യങ്ങളെക്കുറിച്ചുള്ള മഹാസങ്കല്പങ്ങൾ ഉൾക്കൊണ്ട് ഏതോ ഒരു ലഹരിയിലാണ് പ്രവർത്തിക്കുന്നതെന്നാണ്. അതുകൊണ്ട് സൈനിക നടപടികൾക്കുശേഷം അവർക്ക് നല്ലൊരു ആദർശസംഹിത നല്കി അവരെ മാറ്റിയെടുക്കാൻ ശ്രമിക്കുന്നു. ഇക്കാര്യത്തിൽ അദ്ദേഹവും വേണ്ടത്ര വിജയിച്ചില്ല. ഇക്കൂട്ടരെ ആകർഷിക്കുന്ന തീവ്രമായ പ്രത്യയശാസ്ത്രബോധനം ആര്, എങ്ങനെ നടത്തും? ഇപ്പോൾ ഇവർ കൊണ്ടുനടക്കുന്ന മാവോ ലേബൽ ഇന്ത്യൻ നേതൃത്വത്തിലുള്ള അവിശ്വാസത്തെ കാട്ടുന്നു. മൗ സെ ദോങ്ങിന്റെ ദീർഘയാത്രയും സാംസ്കാരികവിപ്ലവവും നല്ല സേനാബലമുള്ളതുകൊണ്ടാണ് ചിയാങ് കൈഷെക്കിനെതിരെ വിജയിച്ചത്. ലക്ഷം പേരുടെ പടയെയാണ് മൗ 'ഗ്രേറ്റ് മാർച്ചി'ൽ പങ്കെടുപ്പിച്ചത്. ഇവിടെ എണ്ണത്തിൽ വളരെ കുറഞ്ഞ സാഹസികരെക്കൊണ്ട് മൗവിനെ അനുകരിക്കാൻ പോയാൽ അർത്ഥശൂന്യമായ നരമേധത്തിൽ ചെന്നുവീഴും. മാവോയിസ്റ്റുകളുടെ പരിമിതിയും പരാജയവും ഇതത്രേ. 'ലഹരി' പിടികൂടിയ അവർക്ക് ഇത് ഗ്രഹിക്കാനാകാത്തത് അവർക്കും നമുക്കും കഷ്ടം.

തങ്ങളെ എതിർക്കാത്ത സാധാരണക്കാരെ കൊല്ലില്ലെന്നായിരുന്നു മാവോയിസ്റ്റുകളുടെ ആദ്യകാലങ്ങളിലെ മേനിപറച്ചിൽ. ഇന്നതെല്ലാം സാധാരണക്കാരന്റെ ചോരയിൽ ഒലിച്ചുപോയി. സി പി ഐ (എം) അനു

യായികളെ പിടിച്ച് പീഡിപ്പിച്ച് ഒടുവിൽ വധിക്കുന്നത് മാവോയിസ്റ്റുകൾ ഒരു ചടങ്ങായിത്തീർത്തിട്ടുണ്ട്. ആരാണ് ഈ മാർക്സിസ്റ്റ് പ്രവർത്തകർ? സാധാരണ കർഷകരും തൊഴിലാളികളും തന്നെ. അസൈനികരെ ദ്രോഹിക്കില്ലെന്ന പ്രസ്താവന ഇന്ന് വഞ്ചനയായിരിക്കുന്നു. ഇപ്പോൾ മാവോയിസ്റ്റ് ഭീകരത ജനങ്ങളോടുള്ള യുദ്ധമാണ്. കൊൽക്കത്തയ്ക്കും കുർളയ്ക്കും ഇടയിൽ ഓടുന്ന ജ്ഞാനേശ്വർ എക്സ്പ്രസിനെ അപകടപ്പെടുത്തി ഒരു കൂട്ടക്കൊലക്കളം സൃഷ്ടിച്ച മാവോയിസ്റ്റുകൾ എന്ത് വിപ്ലവമാണ് ഇതുകൊണ്ട് സാധിച്ചത്? പാകിസ്ഥാനിൽ നിന്ന് പരിശീലനം നേടി ഇന്ത്യയിൽ വന്ന് നഗരങ്ങളെ ചുട്ടെരിക്കുന്ന താലിബാൻകാരും ഇവരും തമ്മിൽ എന്താണ് വ്യത്യാസം?

മഹാരാഷ്ട്രയിൽ 13-ാം നൂറ്റാണ്ടിൽ ജീവിച്ച് ബ്രാഹ്മണ്യത്തിനും ജാതിക്കും എതിരായി പ്രവർത്തിച്ച മഹാപുരുഷനാണ് ജ്ഞാനേശ്വർ. ആ സ്മരണയ്ക്കുവേണ്ടി റെയിൽവേ തുടങ്ങിയ ഈ ബഹുജനവാഹനത്തെ തകർത്ത് യാത്രക്കാരെ കൊലചെയ്ത ഇവർക്ക് ജനങ്ങൾ എന്നെങ്കിലും മാപ്പ് കൊടുക്കുമോ? മൗവിന്റെ പേര് ഇവർക്ക് ചേർന്നതല്ല. ഇവരുടെ മാർഗ്ഗമല്ല മൗ സെ ദോങ് അനുവർത്തിച്ചിരുന്നത്. അദ്ദേഹം ചിയാങ്ങിനെ തോല്പിച്ചത് നിർണ്ണായകമായിട്ടാണ്. കുറച്ചുപേരെ കൊന്നിട്ട് ഒളിവിൽ പോകലല്ലേ മൗ രീതി. അദ്ദേഹം 1949 മുതൽ 1969 വരെ പീപ്പിൾസ് റിപ്പബ്ലിക് ഒഫ് ചൈനയുടെ ചെയർമാനായിരുന്നു. മരണം വരെ പാർട്ടിയുടെയും ചെയർമാനായിരുന്നു (1976 വരെ). ചരിത്രം മാറ്റിയെഴുതിയ വിശ്വമഹാനേതാക്കളിൽ ഒരാളാണ്. അക്രമികളുടെയും കൊലയാളികളുടെയും ജനദ്രോഹികളുടെയും നേതൃത്വം അദ്ദേഹത്തിൽ ആരോപിക്കുന്ന ഇന്ത്യൻ മാവോയിസ്റ്റ് പ്രസ്ഥാനം, മാവോയുടെ ദീർഘവീക്ഷണം ഉൾക്കൊള്ളാനാണ് ശ്രമിക്കേണ്ടത്. ഇന്ത്യയിൽ ജനാധിപത്യസമ്പ്രദായം വേരിറക്കിക്കഴിഞ്ഞു. ഭരണകൂടങ്ങളുടെ പ്രവർത്തനങ്ങൾ വേണ്ടത്ര ലക്ഷ്യം കാണുന്നതിൽ വിജയിച്ചിട്ടില്ലെങ്കിലും ഇന്ത്യൻ ജനത എല്ലാ നിലയ്ക്കും ജനായത്തരീതി അംഗീകരിച്ചു. അത് മനസ്സിലാക്കിയതുകൊണ്ടാണ് ഇന്ത്യയിലെ ഇടതുപക്ഷം പാർലമെന്ററി ജനാധിപത്യരീതിയിലേക്ക് സ്വയം മാറിയത്. അത് ആ കക്ഷികളുടെ നേതാക്കളുടെ എക്കാലത്തെയും ശ്ലാഘനീയമായ രാജ്യതന്ത്രജ്ഞതയുടെയും യാഥാർത്ഥ്യബോധത്തിന്റെയും തെളിവായി കിടക്കുന്നു.

നക്സൽ വിഭാഗങ്ങൾക്ക് ഇതുവരെ ഈ രാഷ്ട്രീയമായ പ്രായപൂർത്തി എത്തിയിട്ടില്ലെന്നത് ഖേദജനകമാണ്. ഗ്രാമീണരെ മിഥ്യാപ്രതിജ്ഞകൾ ഘോഷിച്ച് വഴിപിഴപ്പിച്ച് കുറെ രക്തമുദ്രിതമായ കലാപങ്ങൾ സൃഷ്ടിക്കുന്ന വ്യർത്ഥതയുടെ പേരല്ല വിപ്ലവം എന്നത്. വിപ്ലവം തോറ്റാലും ജയിച്ചാലും രചനാത്മകമായ ഒരു ലക്ഷ്യം നേടുന്ന പരിപാടിയാണ്. ഇന്ത്യയിലെ നക്സലിസത്തിനോ മാവോയിസ്റ്റ് സംഘടനകൾക്കോ ഈ സർഗ്ഗാത്മകമായ സംഭാവന രാഷ്ട്രത്തിന് നല്കാൻ ഇതുവരെ സാധിച്ചിട്ടില്ല. അതുകൊണ്ടാണ് അതിൽപ്പെട്ട പലരും, കേരളത്തിൽ

നാം കണ്ടതുപോലെ, ആത്മീയതയിലേക്കും ചെറിയ സമരങ്ങളിൽ ഇടപെടുന്ന വഴിയിലേക്കും ചിലരൊക്കെ നിഷ്ക്രിയതയിലേക്കും ചെന്നുപെട്ടുപോയത്. ഇവരുടെ ജീവിതത്തിൽ ഈ മാറ്റം തെളിയിക്കുന്നത് ഇവർ അതുവരെ അനുസരിച്ചുവന്ന രാഷ്ട്രീയപരിപാടിയുടെ വ്യർത്ഥതയും നിഷ്പ്രയോജനതയുമാണ്. നിരാശ ബാധിച്ച്, ലക്ഷ്യബോധം നഷ്ടപ്പെട്ട ഒരു കൂട്ടം മുൻവീരന്മാരെ വാർത്തെടുക്കലാണ് ഇത്തരം അപ്രായോഗികവും സാഹസികതയിൽ അധിഷ്ഠിതവുമായ തീവ്രനയങ്ങളുടെ ആത്യന്തികമായ ഫലം.

ഇത്തരത്തിലുള്ള ഒരു ആശയസമീപനം ഇവരുടെ നേരെ ഉപയോഗിച്ചാൽ, വളരെപ്പേരെ തിരിച്ചെടുക്കാൻ സാധിച്ചേക്കും. ആന്ധ്രയിൽ നക്സലിസ്റ്റുകൾ എന്തൊക്കെ കഠോരകൃത്യങ്ങളുടെ ചോരച്ചാലുകൾ സൃഷ്ടിച്ചിട്ടും ഒടുവിൽ ജനങ്ങൾക്ക് മടുത്തല്ലോ. അവിടെ സ്വയം എത്തിക്കാതിരിക്കാനുള്ള രാഷ്ട്രീയവിവേകം ഇവർക്കുണ്ടാകട്ടെ എന്ന് ആശംസിക്കുന്നു. കുറച്ചുവർഷങ്ങൾക്കുമുമ്പ് വാറങ്കലിൽ ഒരു ബസ് നശിപ്പിച്ച് കുറെ ആദിവാസികളുടെ മരണത്തിന് ഇടവരുത്തിയിരുന്നു. പക്ഷേ, അന്ന് അവരുടെ നേതാക്കൾ ആ കൂട്ടക്കൊലയിൽ സങ്കടപ്പെട്ട് ജനങ്ങളോട് ക്ഷമാപണം നടത്തിയിരുന്നു. ആ ഹൃദയാലുത്വം ഇന്നുണ്ടോ? സംശയമാണ്. അത് വർദ്ധിക്കുന്നതിനുപകരം കുറഞ്ഞുവരുന്നതാണ് ബംഗാളിൽ നാം കാണുന്നത്. മദ്ധ്യേന്ത്യയിലും കിഴക്കൻ ദേശങ്ങളിലും അങ്ങനെ വ്യാപിച്ചുകാണുന്ന മാവോയിസ്റ്റ് ഭയങ്കരത പ്രസ്ഥാനത്തിന്റെ വളർച്ചയെ എതിരായി ബാധിക്കുമെന്നത് നിസ്തർക്കമാണ്. ഇവരെ നേരിടുന്ന കാര്യത്തിൽ കേന്ദ്രഗവൺമെന്റ് അവ്യക്തമായ പ്രസ്താവനകൾ കുറച്ച്, മൂർത്തമായ നയപരിപാടികൾ ആവിഷ്കരിക്കേണ്ട കാലം അതിക്രമിച്ചിരിക്കുന്നു.

ഒരു മൂന്നിനപരിപാടി ഇവിടെ നിർദ്ദേശിക്കട്ടെ: 1. അക്രമികളുടെ വിധ്വംസകപ്രവർത്തനങ്ങളെ പരാജയപ്പെടുത്തുന്ന സുശക്തമായ പൊലീസ്/സൈനിക പ്രതിരോധം.

2. ഇവരുടെ നേതാക്കളെ ചർച്ചയ്ക്കും ഒത്തുതീർപ്പിനും ക്ഷണിച്ച് അവരെ ജനാധിപത്യരീതിയുടെ പങ്കാളികളാക്കാനുള്ള ശക്തമായ ആശയപ്രചാരവേല.

3. കടുത്ത അവഗണനയ്ക്കിരയായ സമൂഹങ്ങൾക്കും പ്രദേശങ്ങൾക്കും പെട്ടെന്നുതന്നെ വികസനവും പുരോഗതിയും കൈവരുത്തുന്ന നല്ല പദ്ധതികൾ, ഔദ്യോഗികമായ ചരടുവലികൾ ഒഴിവാക്കിക്കൊണ്ട് നടപ്പിൽ വരുത്തുക.

"മാവോയിസ്റ്റ് ഭീകരകൃത്യങ്ങൾ അവസാനിപ്പിക്കാൻ എന്റെ ഗവൺമെന്റ് പ്രതിജ്ഞാബദ്ധമാണ്" എന്ന മട്ടിലുള്ള മനോജ്ഞ പ്രസ്താവനകൾ ഈ വ്യക്തമായ സമീപനത്തിന് പകരമാകില്ല. ഒന്നും ചെയ്യാൻ കഴിവില്ലാത്തവർ ആശ്രയിക്കുന്ന അന്തിമമായ ശ്മശാനവചനം മാത്രമാണ് ഇതൊക്കെ.

2010 ജൂൺ

'ചന്തപ്രസംഗ'ത്തെ പുച്ഛിക്കുന്നവർ

ഇതിനിടെ തിരുവനന്തപുരത്ത് വെച്ച് ഒരു മഹാസാഹിത്യകാരൻ മൊഴിഞ്ഞു, 'ചന്തപ്രസംഗം ചെയ്യലല്ല സാഹിത്യകാരന്റെ തൊഴിൽ!' മഹാസാഹിത്യകാരൻ എന്നു വിശേഷിപ്പിച്ചത് അദ്ദേഹത്തിന്റെ അറിയപ്പെടാത്ത ചെറുകഥകളെ ഓർത്തല്ല, ഈ തൊടുത്ത 'മഹാവാക്യ'ത്തിന്റെ ബലത്തിലാണ്. റിപ്പോർട്ടർമാർ ഈ മഹാപ്രതിഭയെ വേണ്ടത്ര ഉൾക്കൊള്ളാത്തതുകൊണ്ടാവാം ആ വൻമൊഴി മുഴുവൻ പത്രത്തിൽ കൊടുത്തില്ല. റിപ്പോർട്ടർമാർ അത്രയെങ്കിലും ആ ദുർല്ലഭപ്രഭാഷണം റിപ്പോർട്ടു ചെയ്തത് അതിലെ ചന്തസ്വഭാവമുള്ള ചിന്തയെ അറിഞ്ഞാണ്. എങ്ങും പ്രസംഗിച്ചു നടക്കുന്ന ഈ ലേഖകന്റെ പ്രഭാഷണരീതിയെ കളിയാക്കുകയായിരുന്നിരിക്കും മഹാകാഥികൻ. ആ എതിർപ്പ് വെറും ചന്തയെ തിർപ്പാണെന്ന് മനസ്സിലാക്കിയതുകൊണ്ടാണ് ലേഖകന്മാർ ആ ഒരു വരിയെങ്കിലും കൊടുത്തത്. തിബത്തിലെ ലാമയെപ്പോലെ ഈ കാഥികൻ ഇനി മിഴി തുറന്ന് മൊഴിയുന്നത് പത്തുകൊല്ലം കഴിഞ്ഞിട്ടായിരിക്കും. ഈ കണ്ണൂർ ജില്ലക്കാരനെ തിരുവനന്തപുരകാർക്ക് അതിനിടയിൽ കേൾക്കണമെന്ന് തോന്നാനിടയില്ല. മലയാളത്തിൽ നവോത്ഥാനയുഗത്തിനും പുരോഗമന ചിന്താകാലത്തിനും ശേഷം ജനാധിപത്യം പുലർന്നുവെന്ന് പറയപ്പെടുന്നു. ഈ നാട്ടിൽ എഴുത്തുകാർ സാധാരണ മനുഷ്യരെ നിന്ദ്യരും നിസ്സാരരും ആയിക്കാണുന്ന ഉത്തുംഗമായ ചിന്താരീതി നിലിവിലുണ്ടെന്ന്നാമാരും ധരിച്ചിരുന്നില്ല. ഈ മഹാമതിമാൻ വല്ലപ്പോഴും മാത്രം മിണ്ടുന്നതുകൊണ്ടും അജ്ഞമായ ലോകം 'വിവരക്കേടു'കൊണ്ട് അത് അവഗണിക്കുന്നതിനാലും അദ്ദേഹത്തിന്റെ 'ചന്ത'വിരോധം പൊതുവേ ജനങ്ങൾ വിലവെച്ചതായി തോന്നുന്നില്ല. ആത്മീയാനുഭൂതി പോലും എല്ലാ മനുഷ്യർക്കും ഉള്ളതാണെന്നാണ് ഭഗ

വാൻ കൃഷ്ണൻ ഉപദേശിച്ചത്. നമ്മുടെ ചിന്താരൂഢനായ കഥാകാരൻ ധരിച്ചത് ഭാഷ്യം വായിച്ചാൽ മനസ്സിലാകുന്ന, ചന്ത കണ്ടിട്ടില്ലാത്ത, ന്യൂന പക്ഷത്തിനുള്ളതാണ് ഗീത എന്നായിരിക്കണം. അന്വേഷിച്ച് വരുമ്പോൾ ഈയാളും 'ചന്ത' ഭാവം മാത്രം ഉള്ള ആളാണ്.

ഇന്ത്യയുടെ നവോത്ഥാനത്തിന്റെ കാറ്റടിച്ച് സർവ്വരെയും ഉണർത്തിയ വിവേകാനന്ദ സ്വാമികൾ വെറും 'ചന്ത' പ്രാസംഗികൻ, ആയിരുന്നു. സ്വാമികളുടെ പ്രഭാഷണങ്ങൾ ഏതെടുത്തുനോക്കിയാലും വെറും സാധാരണ മനുഷ്യർക്കു വേണ്ടിയുള്ള പരിദേവനങ്ങളായിരുന്നു. "ഉണരുക, എഴുന്നേല്ക്കുക" എന്ന് പ്രബോധനം ചെയ്തത് സാധാരണ മനുഷ്യനോടാണ്. അവരാണ് ഉണരേണ്ടത്, എഴുന്നേല്ക്കേണ്ടത്. അല്ലാതെ പണ്ഡിതന്മാരും ചിന്തകന്മാരും പ്രഭുക്കളും അല്ല. നെഹ്റു സോഷ്യലിസം പ്രസംഗിച്ചത് ചന്തസ്ഥലങ്ങളിൽ വെച്ചാണ്. ഗാന്ധിജി ഗ്രാമീണന്റെ കുടിലുകളുടെ മുറ്റത്തുനിന്ന് പ്രസംഗിച്ചു. ഇവരെല്ലാം ഭഗ വാൻ ബുദ്ധനെയും ദൈവപുത്രനായ ക്രിസ്തുവിനെയും അനുസരിക്കു ന്നു. നമ്മുടെ സാഹിത്യകാരൻ അവരെയാണ് ആക്ഷേപിച്ചത്. ഞാൻ അവരുടെ പുറകിൽ എവിടെയോ കിടക്കുന്ന ഒരുവൻ. അനീതികൊണ്ട് പൊറുതിമുട്ടിയവർ പാവങ്ങളാണ്. അവർക്കുവേണ്ടി അനീതിയെ എതിർ ക്കാൻ ബാലനായിരിക്കേ എന്നെ ഉദ്ബോധിപ്പിച്ചത് വാഗ്ഭടാനന്ദ ഗുരു ദേവനായിരുന്നു. പഴയ കണ്ണൂർ ജില്ലക്കാരൻ! പക്ഷേ, ഈ മഹാകാഥി കനിൽനിന്ന്, ജന്മംകൊണ്ട് എത്രയോ അകലെ!

മഹാകവി വള്ളത്തോൾ 'മാപ്പ്' പറഞ്ഞത് പാവങ്ങൾക്കുവേണ്ടി 'പാഴ്വാക്ക്' പറയുന്ന തന്നെപ്പോലുള്ളവരെ ഭർത്സിക്കുന്ന മഹായോഗ്യ ന്മാരോടാണ്. ഈ യോഗ്യന്മാർക്ക്, പാവങ്ങൾ പിറന്നാലും ചത്താലും ഒന്നുമില്ല. അവർ പണ്ടാണെങ്കിൽ പങ്കച്ചുവട്ടിലും ഇന്ന് എ സി മുറി യിലും ജീവിക്കാൻ ആഗ്രഹിക്കുന്നു. അവർക്ക് ചന്ത എന്തെന്ന് അറിയി ല്ല. ചന്തയിലെ മനുഷ്യരെ നാറും. മഹാകാഥികന്റെ ആത്മരോദനം അവർക്ക് മനസ്സിലാവില്ല. പക്ഷേ, ഏഷ്യയുടെ മഹാകവിയും ഇന്ത്യയുടെ 'ഗുരുദേവനും' മഹാനായ 'കാവൽക്കാരനും' ആയ ടാഗോർ ചന്തയിൽനി ന്നാണ് ഗാനങ്ങൾ ആലപിച്ചത്. ചന്തയിലെ ബഹളത്തിനിടയിൽ താൻ പാടിയാൽ ദൈവം കേൾക്കുമോ എന്ന് അദ്ദേഹം സംശയിച്ചിരുന്നു. പക്ഷേ, ദൈവം അവിടെയാണെന്ന് മഹാകവി കണ്ടുപിടിച്ചു. കാഥിക വീരൻ കണ്ണടച്ച് ധ്യാനിച്ച് കഴിയുന്ന മന്ദിരത്തിൽ ഈശ്വരൻ ഇല്ലെന്ന് മഹാകവി മനസ്സിലാക്കി. നട്ടുച്ചയ്ക്ക് പാറപ്പൊട്ടിക്കുന്നവന്റെ അടുത്ത് ചെന്നാൽ അവിടെ ഈശ്വരനെ കാണാമെന്ന് ടാഗോർ നാണമന്യേ പാടി. നട്ടുച്ചയ്ക്ക് പാറപൊട്ടിക്കുന്നവൻ വൈകുന്നേരം ചന്തയിൽ ആയിരിക്കും. ആ ചന്തയിലെത്തുന്നത് ധ്യാനിച്ചതിനുശേഷം അല്ല. വിശ്രമത്തിനും വീട്ടു കാര്യങ്ങൾക്കും വേണ്ടി ചന്തയിലെത്തുന്ന പാവം മനുഷ്യർക്കുവേണ്ടി പാടുന്നവനാണ് സാഹിത്യകാരൻ. അവനുവേണ്ടി സംസാരിക്കുന്നവ നാണ് ദൈവത്തിന്റെ വക്താവും. ഈ മഹാകാഥികനേക്കാൾ, എത്രയോ

വലിയവരിൽനിന്നാണ് ഈ 'ചന്ത പ്രാസംഗികൻ' 'സാഹിത്യ' രഹസ്യം പഠിച്ചത്. പ്രൗഢപണ്ഡിതസദസ്സുകളിൽ സംസാരിച്ചു വിജയിക്കുവാൻ ജ്ഞാനവും വൈഭവവും ഈ കഥാകാരനുണ്ടോ! ഉണ്ടെങ്കിൽ കേരളം അത് വിലവെച്ചിട്ടില്ല. അങ്ങോർ 'ചന്ത പ്രാസംഗികൻ' എന്നു നിന്ദിച്ച എനിക്ക് ഏതു പ്രൗഢസദസ്സിലും സംസാരിച്ചു നില്ക്കാൻ സാധിക്കും. അഹങ്കാരം പറയുകയല്ല, വെല്ലുവിളിച്ചപ്പോൾ മറുപടി പറയുന്നുവെന്ന് മാത്രം. ഈ ചന്തപ്രസംഗമാണ് ചന്തമുള്ള പ്രസംഗം. ചന്തമായി ചെയ്യുന്ന പ്രസംഗമാണ് ചന്തപ്രസംഗം. ചന്തപ്രസംഗത്തിന് ഇങ്ങനെ മനോഹരമായ അർത്ഥമുണ്ടെന്ന് ഈ 'മഹാചിന്താശാലി'യായ കഥാകാരൻ മനസ്സിലാക്കിയിട്ടുണ്ടെന്ന് തോന്നുന്നില്ല.

ഈ കഥാകാരൻ ആര്? അടുത്ത കാലത്ത് *മാതൃഭൂമി*യിൽ തിരുവനന്തപുരത്തുനിന്നു വന്ന ഒരു ചെറു വാർത്തയിൽ ഈ വ്യക്തിയുടെ പ്രസംഗത്തിലെ ചന്തഭാവം കൊടുത്തിട്ടുണ്ട്. അറിയാൻ ആഗ്രഹമുള്ളവർ അതു പരിശോധിച്ചാൽ മതി. ഇത്ര വലിയ ഒരാളുടെ പേര് എന്റെ ചന്തമില്ലാത്ത നാവുകൊണ്ട് ഉച്ചരിച്ച് മലിനമാക്കേണ്ടെന്ന് കരുതിയാണ് എടുത്തു പറയാതിരുന്നത്. ചന്തത്തിണ്ണയിലും ചാളയിലും ചെറ്റപ്പുരയിലും കഴിഞ്ഞു കൂടുന്ന ഉന്നതവിദ്യാഭ്യാസമില്ലാത്ത, മെയ്ക്കപ്പില്ലാത്ത, നാറുന്ന മനുഷ്യരെ നിന്ദിക്കുന്നവർ കഥാകാരന്മാരാണെന്ന് നാം സമ്മതിക്കണമത്രെ!

പിശാചുക്കൾ ദൈവദൂതന്മാരാകുന്നത് ഇതിലും എളുപ്പമാണ്.

സാധാരണക്കാരന് അറിവും ആത്മാഭിമാനവും ഉണ്ടാക്കുന്ന പ്രഭാഷണത്തെയാണ് ഈ കഥാകാരൻ ചന്തപ്രസംഗം എന്ന് പുച്ഛിച്ചത്. അറിവുള്ളവർ സംസാരിക്കുന്നത് പാവങ്ങൾക്ക് അറിവെത്തിക്കാനായിരിക്കണം എന്ന മഹാത്മാവിന്റെ ആദർശം എന്റെ ഉള്ളിൽ ശാസനം നടത്തുന്നതുകൊണ്ടാണ് ഞാൻ ഈ ഭാഷണപ്രയാണത്തിൽ മുഴുകിയിരിക്കുന്നത്. ഈ കഥാകാരന് ഈ ജന്മത്തിൽ ഉപയോഗിക്കാനാവാത്ത ഉന്നതശൈലിയും ചിന്തയും എനിക്ക് വശമാണെന്ന് *തത്ത്വമസി*യെപ്പറ്റി കേട്ടറിവെങ്കിലും ഉണ്ടെങ്കിലും ഈ 'സാധു' ആലോചിക്കേണ്ടതായിരുന്നു. പക്ഷേ, ആ ശൈലിമാത്രം പറഞ്ഞ് ജീവിക്കാനാവില്ല. മനുഷ്യസമൂഹത്തിന്റെ അവിഭാജ്യഭാഗമാണ് ചന്തയും അവിടുത്തെ മനുഷ്യരുമെങ്കിൽ അവരോട് സംസാരിക്കാനാവാത്തവൻ എഴുത്തുകാരനാവില്ല. ചന്തയിൽ വില്ക്കാനുള്ള സാധനങ്ങൾ മാത്രമല്ല, വാങ്ങുന്നവരും വില്ക്കുന്നവരും ഉണ്ട്. വാങ്ങുന്നവരെയും വില്ക്കുന്നവരെയും ഒഴിവാക്കിയാൽ ലോകമില്ല. ചന്തയിൽ ഇറച്ചിവെട്ടുന്ന വേടൻ ഋഷിയേക്കാൾ അറിവുള്ള ആളായി 'ധർമ്മവ്യാധൻ' എന്ന പേരിൽ മഹാഗുരുവായി, കഴിഞ്ഞുവെന്ന് മഹാഭാരതത്തിൽ കഥയുമുണ്ട്. ധർമ്മവ്യാധന്മാരെ നിന്ദിക്കുക ഇന്നത്തെ കപടബുദ്ധിജീവികളുടെ തൊഴിലായിരിക്കുന്നു. മനുഷ്യന്റെ നീതിയെയും ഈശ്വരന്റെ നിയമത്തെയും ലംഘിക്കുന്ന ഇവർ മിക്കവാറും മാളത്തിൽ ഒളിക്കുന്നവരാകയാൽ ഇവരെ നമുക്ക് വർജ്ജിക്കാം.

2010 മെയ്

സാഹിത്യകാരാ, കടാക്ഷിച്ചാലും!

കുറച്ചുനാൾ മുമ്പ് കോഴിക്കോട് ഒരു യൂത്ത് കോൺഗ്രസ് മാസികയുടെ പ്രകാശനച്ചടങ്ങിൽ കെ പി സി സി പ്രസിഡന്റ് ചെയ്ത പ്രസംഗം ഫലത്തിൽ ഒരു നീണ്ട വിലാപമായിട്ടാണ് തീർന്നത് - അല്പം ഇച്ഛാഭംഗവും വളരെ അമർഷവും സങ്കടവും എല്ലാം കലർന്ന ഒരു പരിദേവനം. ഇത്തരം വികാരപ്രകടനം കോൺഗ്രസിലെ നേതാക്കൾ മാത്രമല്ല ഏറെ ചുവടെ കിടക്കുന്ന നേതൃമ്മന്യന്മാരും ഒരു പല്ലവിപോലെ പാടാൻ തുടങ്ങിയിട്ട് കാലം കുറച്ചായി. ആശയപരമായ ഉള്ളടക്കം തീരെ ഇല്ലാത്ത അത്തരം ശബ്ദക്ഷോഭങ്ങൾ ആരും വകവയ്ക്കാറില്ല. പക്ഷേ, ഇപ്പറഞ്ഞ പ്രഭാഷണം, ഇവിടുത്തെ എഴുത്തുകാരെ - രമേശ് ചെന്നിത്തല പ്രയോഗിച്ച വാക്ക് 'സാംസ്കാരികനായകന്മാർ' എന്നാണ്-വേണ്ട രീതിയിൽ പ്രതികരിക്കാതെ കടമയിൽ നിന്ന് ഓടിയൊളിച്ചവർ എന്ന കുറ്റം ആരോപിച്ചുകൊണ്ടുള്ളതായിരുന്നു. ഈ ഈണത്തിൽ അനുയായികളും പാടിത്തുടങ്ങിയാൽ അവരുടെയും കക്ഷിയുടെയും ദൈഷണികമായ ക്ഷാമാവസ്ഥ ജനങ്ങൾ മനസ്സിലാക്കിയെന്നുവരും. ആ ദുർഗതിയിലെത്താതിരിക്കട്ടെ എന്ന സദുദ്ദേശ്യത്തോടുകൂടിയാണ് ഈ കുറിപ്പ് എഴുതുന്നത്.

ഇടതുപക്ഷത്തിന് അനുകൂലമായിത്തീരാവുന്ന അഭിപ്രായങ്ങൾ പ്രകടിപ്പിക്കുന്ന സാംസ്കാരികനായകരോടാണ് കെ പി സി സി പ്രസിഡന്റിന്റെ ഖേദാമർഷപ്രകടനം. ഇവിടെ വേറെ എത്രയോ അനീതികളും അഴിമതികളും അതിക്രമങ്ങളും നടക്കുന്നുണ്ടെങ്കിലും അവയെപ്പറ്റിയൊന്നും ഇക്കൂട്ടർ അനങ്ങുന്നത് കാണുന്നില്ലെന്നാണ് പരാതി. ഇവരൊക്കെ കാശിക്കുപോയിരിക്കയാവാം എന്ന വളരെ പഴക്കം ചെന്ന ഒരു ഫലിതവും ഇടയിൽ കടന്നുവരുന്നുണ്ട്. കാശിയിൽ നിന്ന് ഇവർ മടങ്ങു

ന്നത് അടുത്ത തിരഞ്ഞെടുപ്പോടെ കോൺഗ്രസ് അധികാരത്തിൽ മടങ്ങിവരുമ്പോൾ കുറ്റം കണ്ടുപിടിച്ചു പറയാൻ മാത്രമായിരിക്കും എന്നൊരു ഭാവിസ്പർശിയായ പ്രവചനവും ഉണ്ട്. ഒരു കൊല്ലം കഴിഞ്ഞ് നടക്കാൻ പോകുന്ന തിരഞ്ഞെടുപ്പിൽ വിജയം തങ്ങൾക്കാണെന്ന ഇളക്കമില്ലാത്ത വിശ്വാസം ഈ പ്രവചനത്തെ ഉറപ്പാക്കിയിരിക്കുന്നു. ഏത് പ്രതികൂലസാഹചര്യത്തിലും ശുഭപ്രതീക്ഷ കൈവിടാത്ത ഒരാൾക്കല്ലാതെ പ്രസിഡന്റായി തുടരാൻ അർഹത മറ്റാർക്കാണ് എന്നൊരു 'ഐറണി'യും ഇതിൽ അടക്കം ചെയ്തിട്ടുണ്ട്. എന്റെ ഈ കുറിപ്പിൽ പ്രസിഡന്റിന്റെ ചിന്താഗതിയെ വേണ്ടപോലെ പ്രതിഫലിപ്പിച്ചിട്ടുണ്ടെന്ന വിശ്വാസത്തോടെ നമുക്ക് ചില കാര്യങ്ങൾ തുറന്ന് ചിന്തിക്കാമല്ലോ. വിജയസാദ്ധ്യത ഇത്ര അസന്ദിഗ്ധമായി ഉറപ്പിക്കാമെങ്കിൽ ഈ നിസ്സാരന്മാരായ രണ്ടുമൂന്ന് 'സാംസ്കാരികനായക'ന്മാരുടെ പ്രതികരണത്തെക്കുറിച്ച് കെ പി സി സി പ്രസിഡന്റ് ഇത്രമാത്രം വിഷാദമഗ്നനാകേണ്ട കാര്യമെന്ത്? അവരുടെ നാക്കിന്റെ പിന്തുണ ഇല്ലാതെ തന്നെ ജയിക്കാമല്ലോ.

അവർ കോൺഗ്രസിനെതിരെയും മറ്റും നടത്തിവരുന്ന അപശ്രുതികൾക്ക് ഒരു വിലയും കേരളീയ ജനത കല്പിക്കുന്നില്ലെന്ന് പ്രസിഡന്റിന് നിശ്ചയമുള്ള നിലയ്ക്ക് ഈ വിലാപം അനവസരത്തിലായിപ്പോയി. അവർ എത്ര പ്രതികൂലിച്ചാലും ജനങ്ങൾ വലതുസഖ്യത്തെ കൈവെടിയില്ലെങ്കിൽ എന്തിനാണ് പ്രസിഡന്റ് ഇങ്ങനെ വേവലാതി കാട്ടുന്നത്! അണികൾ തെറ്റിദ്ധരിച്ചേക്കും. അല്ല, ഇവരുടെ വാക്കുകൾക്ക് വിലയുണ്ടെന്നാണ് പ്രസിഡന്റിന്റെ ഉള്ളിലിരിപ്പെങ്കിൽ, അവരെ പാട്ടിലാക്കുകയാണല്ലോ വേണ്ടത്. അതിന് ആ 'കാശിയാത്രാ' ഫലിതംപോലുള്ള വിദ്യകൾ ഗുണം ചെയ്യുകയില്ല. മാത്രമല്ല, ഇവരെപ്പറ്റി ഇപ്രകാരം കുറ്റപ്പെടുത്താനും കളിയാക്കാനും ഒരു പ്രസിഡന്റ് പ്രഭാഷണം നടത്തുന്നതിന് മറ്റൊരു അപായസാദ്ധ്യതയുണ്ട്. ഇപ്പോൾ കോൺഗ്രസിന്റെ വിജയകാഹളം വായിക്കുന്ന (ഇടതുപക്ഷക്കാരായ സാംസ്കാരിക നേതാക്കളാകുമ്പോൾ വാക്ക് 'കുഴലൂത്തുകാർ' എന്നാകും. എന്നെ അങ്ങനെ വിളിച്ച കോൺഗ്രസുകാരുണ്ട്) എഴുത്തുകാർ ഒരുപാടുണ്ടല്ലോ. അവർ ഒന്നാം കിടക്കാരോ രണ്ടാം കിടക്കാരോ അല്ലായിരിക്കും. എങ്കിലും ഏതോ 'കിട'യിൽ അവർ പെട്ടിട്ടുണ്ടല്ലോ. അവരുടെ പ്രതികരണാത്മകമായ സ്തുതികൾപോരേ കോൺഗ്രസിന്? അകന്നിരിക്കുന്ന സാംസ്കാരിക വീരപുരുഷന്മാർതന്നെ കൂടെവേണം എന്ന് വാശിപിടിച്ചാൽ, ഇപ്പോൾ കൂടെ കൊടി പിടിച്ചുനടക്കുന്നവരെ അപമാനിക്കുന്നതിന് തുല്യമാവില്ലേ അത്? ആ പത്രപ്രകാശനവേളയിലും പാർശ്വനായകരായി കുറേപേർ പങ്കെടുത്തിരുന്നല്ലോ. അവരെയെല്ലാം ഇരുത്തിക്കൊണ്ടാണ് പ്രസിഡന്റ് ഈ സാംസ്കാരികനായകരോടുള്ള പ്രതിപത്തി പ്രകടിപ്പിച്ചത്. ഇരുകൂട്ടരെപ്പറ്റിയും അത്ഭുതം തോന്നുന്നു.

ഇടതുപക്ഷത്തിന് 'വീണവായിക്കാൻ' പുരോഗമനസാഹിത്യ സംഘം, ശാസ്ത്ര സാഹിത്യ പരിഷത്ത് തുടങ്ങി ഒരുപാട് ശാഖാ

പ്രവർത്തനങ്ങൾ ഉണ്ടല്ലോ, അവയെ മുഴുവൻ അധിക്ഷേപിക്കുകയും നിന്ദിക്കുകയും ചെയ്യുന്നത് കോൺഗ്രസുകാരുടെ ഒരു 'ഹോബി' ആണ്. പോഷകസാംസ്കാരിക സംഘങ്ങൾ അത്രയ്ക്ക് നിന്ദ്യമാണെങ്കിൽ, കോൺഗ്രസ് അത്തരം വൃത്തികേടുകളിൽ തടയിടാതെ സ്വന്തം പരിശുദ്ധി സൂക്ഷിക്കേണ്ടതാണ്. പക്ഷേ, അവർ ഇതിനെയൊക്കെ എതിർക്കുന്നത് ഇതൊന്നും നടത്താൻ അവർക്ക് വയ്യാത്തതുകൊണ്ടല്ലേ എന്ന സംശയം ബലപ്പെടുന്നുണ്ട്. കാരണം, ഇവർ കൂടെയുള്ള 'അരക്കവികളെ' വച്ചിട്ട് ഒരു സംഘടനയുണ്ടാക്കി- 'സാംസ്കാരിക സാഹിതി.' അവർ ആദ്യം ചെയ്ത സാംസ്കാരിക സേവനം, എനിക്ക് നിശ്ചയിക്കപ്പെട്ടതും ഔദ്യോഗികമായി എന്നെ അറിയിച്ചതുമായ 'പനമ്പിള്ളി' പുരസ്കാരത്തിന് ഞാൻ അർഹനല്ലെന്ന് ഒരു മുൻ കോൺഗ്രസ് മന്ത്രിയെക്കൊണ്ട് പ്രസംഗിപ്പിച്ച്, തുടർന്നുണ്ടായ സംഭവവികാസങ്ങളുടെ ഫലമായി ഞാൻ ആ പുരസ്കാരം വേണ്ടെന്നുവയ്ക്കാൻ ഇടവരുത്തുകയുമാണ്. എന്റെ സ്ഥാനത്ത് ആ പുരസ്കാരത്തെ ഏറ്റെടുക്കാൻ അവർ തെരഞ്ഞെടുത്തത് പനമ്പിള്ളി വെളുത്തിട്ടോ കറുത്തിട്ടോ എന്നറിയാത്ത ഒരു വ്യക്തിയെയാണ്. ഇടത് ചെയ്താൽ തെറ്റാവുന്ന അബദ്ധം വലത്തെ സംസ്കാരപോഷക സംഘടന ചെയ്യുമ്പോൾ ശരിയാകുന്നു എന്നതാണ് സംസ്കാരസാഹിതിയുടെ സന്ദേശം. പക്ഷേ, അവരൊക്കെ കൂട്ടനിലവിളി നടത്തിയാലും അത് കേരളീയരിൽ എത്തിച്ചേരുന്നില്ല എന്നൊരു ശങ്ക കോൺഗ്രസിനുണ്ടെന്ന് പ്രസിഡന്റിന്റെ വാക്കുകൾ തെളിയിക്കുന്നു. സാംസ്കാരികനായകന്മാരെക്കുറിച്ചുള്ള കോൺഗ്രസിന്റെ നിലപാട് അവരെ ഒരുപാട് വൈരാഗ്യങ്ങളുടെയും വഷളത്തരങ്ങളുടെയും നടുക്കയത്തിൽ കൊണ്ടുചെന്നെത്തിച്ചിരിക്കയാണ്. ഇടതിന് അനുകൂലമായി അഭിപ്രായം പറയുന്നത് തെറ്റ്? കോൺഗ്രസിന് അനുകൂലമായി പറയുന്നതോ? അതാണ് തെറ്റ്! ഇതിലെ വൈരുദ്ധ്യം ഇവരെ ലജ്ജിപ്പിക്കുന്നില്ല. വൈരുദ്ധ്യം ഇനിയുമുണ്ട്. കോൺഗ്രസിനു വീണവായിക്കുന്ന (കുഴലൂത്തല്ലാ കേട്ടോ!) ഒരു തൃശൂർ ലേഖകൻ ഒരു പുസ്തകം എഴുതി പ്രകാശിപ്പിക്കാൻ കെ പി സി സി പ്രസിഡന്റല്ലേ കോൺഗ്രസ് വിമർശത്തെ ഇഷ്ടപ്പെടുന്നുവെന്ന് പറയുന്ന അതേ ശ്വാസത്തിൽ കോൺഗ്രസിനെ വിമർശിക്കാൻ സാംസ്കാരിക നായകർ കാശിയിൽ നിന്ന് തിരിച്ചെത്തണം എന്ന് ആവലാതി പറയുകയും ചെയ്യുന്നു. സാംസ്കാരിക നായകർ വേണം എന്നും വേണ്ട എന്നും മനസ്സിൽ ഒരു ദ്വന്ദ്വയുദ്ധം നടക്കുന്നു. നല്ലത്, സാംസ്കാരിക നായകർ 'വേണ്ടണം' എന്ന് പറയുന്നതായിരിക്കും. ഈ നായകർ തങ്ങളെ പ്രകീർത്തിക്കണം മറ്റൊന്നും പാടില്ല എന്നു ചുരുക്കം.

പത്രാധിപരായ യൂത്ത് കോൺഗ്രസ് നേതാവിന്റെ സാഹിത്യസാംസ്കാരികപദവി കെ പി സി സി പ്രസിഡന്റിന് വളരെ ബോദ്ധ്യപ്പെട്ടിരിക്കുന്നു. അദ്ദേഹത്തിന്റെ സാഹിത്യസ്ഥാനത്തെ ആദരിച്ചുകൊണ്ട് കോൺഗ്രസ് സാഹിത്യകാരന്മാർ സ്വാഗതപ്രസംഗം, നന്ദിപ്രകടനം തുട

ങ്ങിയ ചെറുപണികൾ ചെയ്യാൻ അവിടെപ്പോയതായി റിപ്പോർട്ടുണ്ട്. ഈ സ്വാതന്ത്ര്യം ഇടതിനെ അനുകൂലിക്കുന്ന എഴുത്തുകാർക്കില്ല. ഇത്തരം നാമമാത്ര സാഹിത്യകാരന്മാരെ കണ്ടുമടുത്തിട്ടാകുമോ ഇടതുപക്ഷം ചേർന്ന് പോകുന്ന സാംസ്കാരികനായകന്മാരുടെ ശബ്ദം തങ്ങൾക്കും വേണമെന്ന് പ്രസിഡന്റ് പറഞ്ഞത്, സാംസ്കാരിക നായകന്മാർ ഒന്നും പ്രതികരിക്കാതെ കഴിയുന്നുവെന്ന് ഒരിടത്തും, ഇടതിനുവേണ്ടിയാണ് പ്രതികരിക്കുന്നതെന്ന് വേറൊരിടത്തും പറയുന്ന വൈരുദ്ധ്യ വീരന്മാരാണ് ഇവർ. കോൺഗ്രസിനെ ആർക്കും എതിർക്കാമെന്ന് ഒരു വീർപ്പിലും കോൺഗ്രസിനെ എതിർക്കലാണ് സാംസ്കാരികനായകന്മാരുടെ തൊഴിലെന്ന് മറ്റൊരു വീർപ്പിലും ഒരാൾ ഒരു പ്രസംഗത്തിൽതന്നെ പറയുന്നത് എന്തിന്റെ ലക്ഷണമാണ്?

സാംസ്കാരിക നായകർ മൗനം ഭജിക്കുന്നുവെന്നതിന് തെളിവായിട്ട് തൊടുപുഴ കോളേജ് പ്രൊഫസറുടെ കൈവെട്ടിയ സംഭവം ഉദ്ധരിച്ചിരിക്കുന്നു. ഇടതുനേതാക്കളടക്കം പ്രതിഷേധിച്ച ഒരു സംഭവത്തെപ്പറ്റി കൂടെ സഞ്ചരിക്കുന്നുവെന്ന് അധിക്ഷേപിക്കപ്പെടുന്ന സാംസ്കാരികനായകർ അഭിപ്രായം പറയാതിരിക്കുന്നതിന് ന്യായമില്ല. എത്രയോ പേർ എതിർത്തു- ഈ ലേഖകൻ സാംസ്കാരികനായകനല്ലെങ്കിലും (ഇന്നുവരെ ആ സ്ഥാനത്തിന് ഞാൻ അവകാശം ഉന്നയിച്ചിട്ടില്ല) ആദ്യം ടിവിയിൽ അതിനെ എതിർത്ത് പറഞ്ഞ ഒരാൾ ഞാനാണ്. സുഗതകുമാരി എതിർത്തുസംസാരിച്ചു. അതുപോലെ പലരും. ഞാൻ പല പ്രസംഗങ്ങളിലും എതിർത്തു പറഞ്ഞു. ഒരു ലേഖനം എഴുതി. മറ്റൊന്ന് എഴുതി തപാലിലിടാൻ പോകുന്നു. ഇത്രയൊക്കെ ചെയ്തത് കെ പി സി സി പ്രസിഡന്റിനെ ബോദ്ധ്യപ്പെടുത്താനല്ല, ഇടതുപക്ഷത്തെ പ്രീണിപ്പിക്കാനുമല്ല. സ്വന്തം കർത്തവ്യബോധം കൊണ്ടാണ്. എന്നാൽ, ഇപ്പോൾ കോൺഗ്രസിന്റെ സംസ്കാര പുനരുജ്ജീവനത്തിന് അണിനിരത്തിയിട്ടുള്ള സാഹിത്യകാരന്മാരിലും മുതിർന്നവരിലും പെട്ട എത്ര പേർ ഇതിനെ എതിർത്ത് അഭിപ്രായപ്രകടനം നടത്തി? രമേശ് ചെന്നിത്തല കണക്കെടുത്തോ? ആ ഭാഗത്തോട്ടാണ് അലട്ടുന്ന തല തിരിക്കേണ്ടിയിരുന്നത്.

ഒന്നുകൂടി ഇവരോട് പറയട്ടെ, ഇവരൊക്കെ പാതയോരങ്ങളിൽ നിന്ന് വിളിച്ചുപറയുന്ന വിഷയങ്ങളെപ്പറ്റി പറയാനും എഴുതാനും 'സാംസ്കാരസാഹിതി'യിലെ സമുന്നത സാഹിത്യകാരന്മാരെ മാത്രമേ കിട്ടുകയുള്ളു. സാംസ്കാരികനായകന്മാർ അങ്ങനെ നിർദ്ദേശപ്രകാരം എഴുതുന്നവരല്ലെന്നോർക്കണം. ഒരു നേതാവ് കഴിഞ്ഞ ദിവസം എന്നോട് ആഹ്വാനം ചെയ്തിരിക്കുകയാണ് ഏതോ വിഷയത്തെപ്പറ്റി എനിക്ക് പറയാനുള്ളത് ഉടനെ പറയണമെന്ന് (ഇയാൾ പറയുന്നതു കേട്ടാൽ തോന്നും ഞാൻ ഇയാളുടെ ശമ്പളം വാങ്ങിക്കഴിയുന്നയാളാണെന്ന്). അത് കേൾക്കാൻ കേരളം കാത്തിരിക്കുകയാണത്രെ. ഈ 'കൊച്ചൻ' കേരളത്തിന്റെ പ്രാതിനിധ്യത്തോടെ സംസാരിക്കാൻ എന്നാണ് യോഗ്യത നേടിയത്? (എന്നിട്ടും ഈ പാവം പിന്നീട് വീട്ടിൽ കോൺഗ്രസുകാരോടൊപ്പം

വന്ന് എന്നോട് ഖേദം പ്രകടിപ്പിക്കുകയുണ്ടായി.) ആരോ പറഞ്ഞത് കേട്ട് പറയുകയാവും. അവനവന് പറയാനുണ്ടെങ്കിൽ പറയുക, പറഞ്ഞുതുലയ്ക്കുക: എഴുത്തുകാരുടെ മുന്നിൽ വെറുതെ വേഷം കെട്ടരുത്. ഞങ്ങൾ കേരളത്തിന് വെളിയിൽ ഇന്ത്യയെ ബാധിക്കുന്ന ഒരുപാട് കാര്യങ്ങളെപ്പറ്റിയും പ്രതികരിച്ചിട്ടുണ്ട്. വടക്കേ ഇന്ത്യയിലെ ഖാപ്പുകാരുടെ ദുരഭിമാനവധങ്ങൾ, ഖുഷ്ബുവിന് തമിഴ്നാട്ടിൽ നേരിട്ട എതിർപ്പ്, മാവോയിസ്റ്റ് അക്രമങ്ങൾ, ഭോപ്പാൽ അസംബന്ധം, ജനസംഖ്യയും ജാതിപരിഗണനയും തുടങ്ങി പലതും. ഇവയെപ്പറ്റി കെ പി സി സി പ്രഡിഡന്റടക്കം എത്ര കോൺഗ്രസുകാർ പ്രതികരിച്ചു? കോൺഗ്രസിന് അനുകൂലമല്ലാതെ വരുന്നതിനെപ്പറ്റി നിങ്ങളുടെ സാംസ്കാരികനായകന്മാർ പ്രതികരിക്കാറുണ്ടോ? ഖാപ്പ്, ഖുഷ്ബു എന്നൊക്കെ കേട്ടാൽ മിഴിച്ചുനോക്കുന്നവരല്ലേ ഇവർ? ഈ പ്രതികരണങ്ങൾ വായിച്ച് ആദ്യം ഇവർ ലോകവിവരം ഉണ്ടാക്കട്ടെ. എന്നിട്ടു മതി കുറ്റപ്പെടുത്തൽ!

സാംസ്കാരികനായകന്മാരെപ്പറ്റി പ്രസിഡന്റ് പറഞ്ഞത് (ആ പദവിയിലില്ലാത്തതുകൊണ്ട്) എനിക്ക് ബാധകമല്ലെങ്കിലും എന്റെ അഭിപ്രായം ആവശ്യമാണെന്ന് പ്രസിഡന്റും പ്രതിപക്ഷനേതാവും പലതവണ തെളിയിച്ചതാണ്. അത് മറക്കുന്നത് ഭംഗിയല്ല. ചെന്നിത്തലയുടെ ഒരു രാഷ്ട്രീയലേഖന സമാഹാരം തിരുവനന്തപുരത്ത് പ്രകാശനം ചെയ്യാൻ എന്നെ ക്ഷണിച്ചില്ലേ? പ്രതിപക്ഷനേതാവിന്റെ ജീവചരിത്രത്തിന് ഞാനല്ലേ അവതാരിക എഴുതിയത്? എന്തുകൊണ്ട് കോൺഗ്രസ് സാഹിത്യകാരൻ എന്ന് പറഞ്ഞ് കൂടെ നടക്കുന്ന സാംസ്കാരിക കേസരികളെ ക്ഷണിച്ചില്ല? ചോദ്യം ഞാൻ ഇങ്ങനെ മാറ്റുന്നു- അത്തരക്കാരുള്ളപ്പോൾ എന്നെ തെരഞ്ഞുപിടിച്ച് ക്ഷണിച്ചത് എന്തിനാണ്? കോൺഗ്രസിന് സ്വന്തമായ ഒരു സാംസ്കാരികലക്ഷ്യമില്ല. ആ ലക്ഷ്യം നിർവ്വചിക്കാൻ പ്രാപ്തിയുള്ള നേതാക്കളുമില്ല. കേരളത്തിലെ കോൺഗ്രസുകാർ കൂടെക്കൂടെ തീർത്ഥയാത്രയ്ക്കായി പോകുന്ന 'ഹൈക്കമാൻഡി'നും ഇതൊന്നും ഉള്ളതായിട്ടറിവില്ല. എഴുത്തുകാരെ ആകർഷിക്കാൻ കരുത്തുള്ള മാനവസമത്വം, ദാരിദ്ര്യമോചനം തുടങ്ങിയ ഒരാദർശവും ഇന്ന് കോൺഗ്രസിൽ സജീവമല്ല. ഇതൊന്നും ഗ്രഹിക്കാനാവാതെ എന്തോ കണ്ടും ഏതോ കേട്ടും അതുമിതും വിളിച്ചുപറയുന്നതുകൊണ്ട് ഈ അവസ്ഥയുടെ നഗ്നത കൂടുതൽ തെളിയുകയേയുള്ളൂ.

"സാഹിത്യകാരാ ഞങ്ങളുടെ നേരെയും ഒന്ന് കടാക്ഷിക്കേണമേ" എന്ന ധ്വനിയിൽ അവസാനിക്കുന്ന വിലാപഗീതികൾ പാടാതിരിക്കുന്നതല്ലേ ഭംഗി?

2010 ജൂലൈ

എക്സ്പ്രസ് ഹൈവേ വീണ്ടുമോ?

എക്സ്പ്രസ് ഹൈവേ വീണ്ടും പിറക്കുമെന്നാണോ ഇപ്പോൾ നാം കേട്ടുവരുന്ന പുതിയ അഭിപ്രായ കോലാഹലത്തിന്റെ അർത്ഥം? നാമെല്ലാം ധരിച്ചതും ഗവൺമെന്റ് നമ്മെ ധരിപ്പിച്ചതും മറ്റൊന്നാണ്. കാസർഗോഡുതൊട്ട് തിരുവനന്തപുരം ജില്ലവരെ തെക്കുവടക്ക് നീളുന്നതും സഹ്യപർവ്വതത്തെ നെടുകെ പിളർക്കുന്നതുമായ ഈ അതിഥി വേഗവീഥി സെക്രട്ടേറിയറ്റിൽ ഏതോ ഫയൽക്കടലാസിൽ മറവുചെയ്തപ്പെട്ടുവെന്നായിരുന്നു കഴിഞ്ഞ വർഷംവരെ നമുക്ക് ലഭിച്ച വിവരം. ഇപ്പോൾ നാലഞ്ചു മാർക്സിസ്റ്റുനിയമസഭാംഗങ്ങൾ ഒരേ വേദിയിൽ വെച്ച് ഏറെക്കുറെ ഒരേ സ്വരത്തിൽ ഈ രാജവീഥിയുടെ പേരു മാറുകയും ചില പോരായ്മകൾ പരിഹരിക്കുകയും ചെയ്താൽ അത് തള്ളിക്കളയേണ്ടതില്ലെന്ന് പ്രസ്താവിച്ചിരിക്കുന്നു. അതോടെ ഈ പാത പുനരുജ്ജീവനത്തിന്റെ പാതയിൽ എത്തിയോ എന്ന് ഗൗരവത്തോടെ ചിന്തിക്കേണ്ടിവന്നിരുന്നു. മഞ്ഞുപോലെ പെട്ടെന്ന് മാഞ്ഞുപോയ ഈ മല വീണ്ടും മഞ്ഞുമലയായി പൊങ്ങിവരാൻ പോകയാണോ? ഹൈവേ വിരുദ്ധസമരത്തിൽ ചേർന്നു മുമ്പ് പ്രവർത്തിച്ച മാർക്സിസ്റ്റ് പാർട്ടിയിലെ ചില അംഗങ്ങൾക്ക് പെട്ടെന്നുണ്ടായ വിപരീത ബോധോദയത്തിന്റെ കാരണം മനസ്സിലാകുന്നില്ല.

കേരളത്തിൽ ഭരണാധിപന്മാരായി വരുന്നവരുടെയെല്ലാം മസ്തിഷ്കത്തിൽ എവിടെയോ നമ്മുടെ കിഴക്കൻ മലനിരയുടെ മസ്തകം നെടുനീളത്തിൽ വെട്ടിപ്പൊളിച്ച് ഒരു മഹാരാജവീഥി ഉണ്ടാക്കണമെന്ന വിചാരത്തിന്റെ കരട് കുടുങ്ങിക്കിടപ്പുണ്ടെന്ന് തോന്നുന്നു. പലതവണയായി ഈ ദുർഭൂതം മന്ത്രിസഭകളുടെ മുമ്പിൽ പ്രത്യക്ഷപ്പെടുന്നു. 1978 ൽ എ കെ ആന്റണി മുഖ്യമന്ത്രിയായിരുന്നപ്പോൾ 'ഹിൽ ഹൈവേ' എന്ന

പേരിൽ ഈ ആശയം അവതരിച്ചു. നെടുമങ്ങാട്ടെ നെട്ടയം എന്ന സ്ഥലത്തുനിന്ന് കാസർഗോഡെ പെരളം വരെ തൊള്ളായിരത്തോളം കി. മീ. നീളത്തിൽ ഒരു ഗിരിമാർഗ്ഗം – 'ഹിൽ ഹൈവേ' –ആയിരുന്നു അന്നത്തെ സ്വപ്നം. നൂറ്റഞ്ചുകോടി രൂപ മതിപ്പുചെലവിൽ പതിനൊന്നുവർഷം കൊണ്ട് പണിതീർക്കണമെന്നായിരുന്നു നിർദ്ദേശം. പക്ഷേ, നടന്നില്ല.

പിന്നീട് കരുണാകരൻ മുഖ്യമന്ത്രിയായിരുന്നപ്പോൾ കേരളത്തിന് ഒരു ഹിൽ ഹൈവേ വേണമെന്ന് നിർദ്ദേശിക്കുന്ന വെറുമൊരു അനൗദ്യോഗിക പ്രമേയം നിയമസഭയിൽ വന്നപ്പോൾ സർവ്വ കക്ഷികളും ഒറ്റക്കെട്ടായി അത് പാസാക്കിയെടുത്തു. ആ തീയതി 1983 ജൂൺ 24. കേന്ദ്രത്തിന്റെയും ലോകബാങ്കിന്റെയും സഹായം കിട്ടാൻ ശ്രമിക്കുമെന്ന് ഉപമുഖ്യമന്ത്രി മുഹമ്മദുകോയ ഉറപ്പും നല്കി. അത് പൊളിഞ്ഞുപോയത് ഇവിടത്തെ ശകുനം മുടക്കികളായ പരിസ്ഥിതി ശല്യക്കാരെക്കൊണ്ടായിരുന്നില്ല. അന്നത്തെ കർണ്ണാടക മുഖ്യമന്ത്രി രാമകൃഷ്ണ ഹെഗ്ഡെയുടെയും മറ്റും എതിർപ്പുമൂലമായിരുന്നു. രാജ്യക്ഷേമത്തിൽ മൗലികമായ താല്പര്യം ഉണ്ടായിരുന്ന ഹെഗ്ഡെ കേരളത്തിൽ കാടു കുറഞ്ഞാൽ ഫലം ദക്ഷിണേന്ത്യയ്ക്ക് ആസകലം ദോഷമായിത്തീരുമെന്ന് മനസ്സിലാക്കിയിരുന്നു.

രാമകൃഷ്ണ ഹെഗ്ഡെയിൽ തെളിഞ്ഞുനിന്ന ഈ രാഷ്ട്രസ്നേഹം നമ്മുടെ അതിബുദ്ധിശാലികളായ സചിവോത്തന്മാർക്ക് ഇന്നോളം ഉൾക്കൊള്ളാൻ കഴിഞ്ഞില്ല. ഇവർക്ക് വേണമെങ്കിൽ ഇപ്പോഴും നിയമലൈബ്രറിയിൽ നിന്ന് എടുത്തുവായിക്കാവുന്ന ഒരു റിപ്പോർട്ടുണ്ട്. കേരളത്തിൽ ഇടുക്കിപദ്ധതിയുടെ പരിസ്ഥിതി ആഘാതത്തെക്കുറിച്ചുള്ള ആ പഠനം കേന്ദ്രഗവൺമെന്റ് അംഗീകരിച്ചതാണ്. കേരള ഗവൺമെന്റ് അംഗീകരിച്ചിരിക്കില്ല. സഹ്യപർവ്വതത്തിലെ മേടുകളും താഴ്വരകളും ഏറ്റവും ദുർബ്ബലമായ ഭൂമിയാണെന്നും തോട്ടങ്ങളും മറ്റും വളർത്തി മണ്ണും സസ്യസമ്പത്തും നശിച്ചുവരികയാണെന്നും ഉപഗ്രഹം ഉപയോഗിച്ച് ആഴമേറിയ പഠനം നടത്തിയ ഒരാധികാരിക റിപ്പോർട്ടിനെ വിലവെക്കാൻ നമ്മുടെ മന്ത്രിമാർക്ക് കഴിഞ്ഞില്ല. വീണ്ടും ആന്റണി 2001 ൽ അധികാരമേറി. അധികം കഴിയുന്നതിനുമുമ്പ് പാതപ്രശ്നം വീണ്ടും മലപോലെ വലുതാകാൻ തുടങ്ങി. 2004 ജനുവരിയിൽ എക്സ്പ്രസ് ഹൈവേ എന്ന് പുനർനാമകരണം ചെയ്യപ്പെട്ട പർവ്വതമാർഗ്ഗ പദ്ധതിക്ക് മന്ത്രിസഭയുടെ ആനുകൂല്യം ലഭിച്ചു. ഹിൽ ഹൈവേ തുടങ്ങുന്നതും അവസാനിക്കുന്നതുമായ സ്ഥലങ്ങൾ ഇവിടെ സ്വല്പം മാറ്റി, നീളത്തിലും കുറവുവരുത്തി. പക്ഷേ, മറ്റെല്ലാറ്റിലും – വീതി, ഉയരം, വലിപ്പം എന്നിവയിലും ആധുനിക സൗകര്യങ്ങളുടെ ബാഹുല്യത്തിലും റോഡ് ഉപയോഗിക്കുന്നതിനുള്ള പ്രവേശനരീതി തൊട്ടുള്ള വ്യവസ്ഥകളിലും – കടുത്ത വ്യത്യാസങ്ങൾ വരുത്തി. എക്സ്പ്രസ് ഹൈവേയുടെ തുടക്കത്തിലുള്ള മുഴുവൻ പേര് 'കൺട്രോൾഡ് ആക്സസ് എക്സ്പ്രസ് ഹൈവേ' എന്നായിരുന്നു. ആ നീണ്ട നാമം ഈ രാജമാർഗ്ഗത്തിന്റെ എല്ലാ ദോഷങ്ങളും

പ്രതിഫലിപ്പിക്കുന്നുണ്ട്. ഇത് കേരളത്തെ രണ്ടാക്കി മുറിക്കുന്നുവെന്നു മാത്രമല്ല, ജനങ്ങളെയും രണ്ടായി വേർതിരിക്കുന്നു. വാഹനങ്ങളുടെ വേഗം, ചുങ്കപ്പിരിവിന്റെ ആധിക്യം എന്നിവകൊണ്ട് സാധാരണവാഹന ക്കാർക്ക് അപ്രാപ്യമാണ് ആ സ്വപ്നസരണി. ദ്രുതവീഥി ഉപയോഗിക്കാൻ കഴിവുള്ള ഭാഗ്യശാലികളും ആ കഴിവില്ലാത്ത ഹതഭാഗ്യരും ഇങ്ങനെ കേരളീയർ രണ്ടു വിഭാഗമാകാൻ പോകുന്നു. ഈ പ്രഭുമാർഗ്ഗത്തിനു ണ്ടെന്ന് വർണ്ണിച്ചുകേട്ട ഗുണങ്ങൾ രണ്ടെണ്ണമാണ്. പ്രധാനമായ - ഒര ടിക്ക് കേരളത്തിന്റെ ഒരറ്റത്തുനിന്നു മറ്റേയറ്റംവരെ അതിശീഘ്രം സഞ്ച രിച്ച് നിർവൃതി അടയാം. കേരളത്തിലെ നിരത്തുകളിൽ നടക്കുന്ന വാഹ നാപായങ്ങൾ ചുരുക്കാം. ഇവ രണ്ടും പൊയ്വാദങ്ങളാണ്. ഒന്നാമത്, കാസർഗോഡുനിന്ന് തിരുവനന്തപുരത്തേക്കും എതിരെയും ഉള്ള സഞ്ചാരം അത്യാവശ്യമായനുഭവപ്പെടുന്ന കേരളീയർ ജനസംഖ്യയുടെ അരക്കാൽ ശതമാനംപോലും വരില്ല. ഇപ്പോൾ ഉള്ള പാതകളുടെ വീതി കൂട്ടിയാൽത്തന്നെ യാത്രാവൈഷമ്യം വൻതോതിൽ ചുരുങ്ങുന്നതായി രിക്കും. ഇപ്പോൾത്തന്നെ എറണാകുളത്തുനിന്ന് തിരുവനന്തപുര ത്തേക്കും കോഴിക്കോട്ടുനിന്ന് പയ്യന്നൂരേക്കും യാത്ര ചെയ്യാൻ സമയം പണ്ടത്തേക്കാൾ എത്രയോ കുറവുമതി. റെയിൽവേ മേല്പാലങ്ങളും ദേശീയപാതകളും (47,19,17 തുടങ്ങി എട്ടു ദേശീയപാതകൾ നമുക്കു ണ്ട്) പൂർത്തിയായി വരുമ്പോൾ ഇന്നത്തെ യാത്രാഭയം വളരെ കുറയും. ഈ പാതകൾക്ക് തീണ്ടലില്ല. സർവ്വർക്കും പ്രവേശിക്കാം, സഞ്ചരിക്കാം. പിന്നെ ആർക്കുവേണ്ടിയാണ് ഈ അതിദ്രുതപാത?

വാഹനാപകടങ്ങളും, ഈ മാറുന്ന സാഹചര്യത്തിൽ, എത്രയും കുറ ഞ്ഞുവരും. മാത്രമല്ല എക്സ്പ്രസ് ഹൈവേ വന്നാൽ അതിലൂടെ കേര ളത്തിലെ ഗതാഗതത്തിന്റെ വലിയൊരു ഭാഗം വഴിമാറിപ്പോകുമെന്ന് ഔദ്യോഗികസ്വപ്നത്തിലെ അടിസ്ഥാനമില്ലാത്ത മറ്റൊരു ഉപസ്വപ്ന മാണ് ഇത്. ഹൈവേയുടെ നിർമ്മാണച്ചെലവ് നികത്തിയെടു ക്കാൻപോലും പറ്റാത്തവിധത്തിൽ ഒരു വലിയ സാമ്പത്തികനഷ്ടത്തിന്റെ നിഴൽ പരന്ന ഒരു പാതയായിട്ടുതന്നെ ആ ഹൈവേ തുടരും. ഇന്ത്യ യിലെ മറ്റു ചില ഹൈവേകളുടെ ഗതി ദൃഷ്ടാന്തമായി നോക്കുക. കേര ളത്തിൽ നഷ്ടം കൂടുകയേയുള്ളൂ.

ഗതാഗതസൗകര്യം കൂട്ടാനും ഗതാഗതവിപത്ത് കുറയ്ക്കാനും റോഡ് മാത്രമേ വഴിയുള്ളൂവെന്ന് ഭരണാധികാരികൾ കരുതുന്നുണ്ടോ? കേരളത്തിലെ ജലമാർഗ്ഗങ്ങൾ വേണ്ട രീതിയിൽ എത്രയോ മുമ്പ് വിക സിപ്പിച്ചെടുക്കേണ്ടതായിരുന്നു. അതുപോലെ റെയിൽവേയും. ഇവ രണ്ടും വികസിച്ചു വളർന്നിരുന്നെങ്കിൽ നാം ഇന്ന് അനുഭവിക്കുന്ന യാത്രാപ്രയാസങ്ങൾ ഉണ്ടാകുമായിരുന്നില്ല. തീവണ്ടിപ്പാളം ഇരട്ടിക്കുന്ന ജോലി എത്രകാലമായി ഇഴഞ്ഞുപോകുന്നു? അവയൊന്നും നേരെയാ ക്കാനുള്ള ഭരണതന്ത്രം കാട്ടാതെ, എക്സ്പ്രസ് ഹൈവേ എന്ന ഒരു കളിപ്പാട്ടത്തിനുവേണ്ടി വാശിപ്പിടിച്ച്, ബുദ്ധിയുറയ്ക്കാത്ത ഒരു കുഞ്ഞി

നെപ്പോലെ കരഞ്ഞു നടക്കുകയാണ് കേരളഭരണം. ആദ്യം പറഞ്ഞ അല്പം നേട്ടങ്ങളെപ്പറ്റി ഗവൺമെന്റ് വക്താക്കൾ വാഴ്ത്തിപ്പറയുമ്പോൾ പാവങ്ങൾ അനുഭവിക്കേണ്ടി വരുന്ന ദുഃഖദുരിതങ്ങൾ ആരുടെയും മനസ്സുഖം കെടുത്തുന്നില്ല. നൂറിലേറെ പഞ്ചായത്തുകളും ഒരു മുനിസിപ്പാലിറ്റിയും ഛിന്നഭിന്നമാക്കപ്പെടുന്നു. 3000-ത്തിലേറെ കുടുംബങ്ങൾക്ക് വീടുനാശം സംഭവിക്കും. ചെലവ് 6400 കോടിയിൽ നിന്നും 12000 കോടി വരെ എത്തും. ഹൈവേയിൽ മരണപര്യന്തം കാലുകുത്താത്ത പാവപ്പെട്ട കർഷകനും ഈ കടപ്പാടിന്റെ പങ്ക് ഏല്ക്കേണ്ടിവരുന്നു. ഹൈവേയുടെ നഷ്ടം തീർക്കാൻ പെട്രോളിനും ഡീസലിനും വില കൂട്ടുമ്പോൾ കേരളീയർ മുഴുവനും ശിക്ഷിക്കപ്പെടുന്നു. ആർക്കുവേണ്ടി? കേരളത്തിന്റെ രണ്ടറ്റങ്ങൾ കാറിൽ കിടന്ന് തൊടുവാൻ പരക്കം പായുന്നതിന് ആഗ്രഹിക്കുന്നു അല്ലറ ധൂർത്തപ്രഭുക്കൾക്കുവേണ്ടി. പഴകിയ പാലങ്ങൾ പൊളിച്ച് പുതുതായി ഉണ്ടാക്കുമ്പോൾ കൊച്ചുനീർച്ചാലുകൾ എന്നെന്നേക്കുമായി വരണ്ട് ഇല്ലാതാകുന്നു. ഗവൺമെന്റ് ഈ ദു:ഖകഥകൾ ശ്രദ്ധിക്കുമോ? യുദ്ധകാലാടിസ്ഥാനത്തിൽ സുനാമിയെ നേരിടുമെന്ന് പ്രതിജ്ഞ ചെയ്തവരുടെ പ്രതിജ്ഞയുടെ പേരിലും ജനങ്ങൾ യുദ്ധം ചെയ്യേണ്ടിവന്നിരിക്കുന്നു. കൊടുങ്കാറ്റിൽ എല്ലാം നശിച്ച പാവങ്ങൾക്ക് ഇവരുടെ പ്രതിജ്ഞയ്ക്ക് എന്താണ് വില?

നർമ്മദാതീരങ്ങളിൽ സർദാർ സരോവർ പദ്ധതിക്കൂട്ടം നടപ്പിലാക്കിയപ്പോൾ നിവാസസ്ഥലങ്ങൾ നഷ്ടപ്പെട്ട പതിനായിരക്കണക്കിന് ആദിവാസികളുടെയും മറ്റും രോദനം മേധാപട്കറുടെ വിലാപത്തിലൂടെ ലോകം മുഴുവൻ കേട്ടിട്ടും മദ്ധ്യപ്രദേശ്, രാജസ്ഥാൻ, ഗുജറാത്ത് ഗവൺമെന്റുകൾ കേട്ടോ? സുപ്രീം കോടതിവരെ ഈ ദുഃഖം ഒഴുകിയെത്തിയിട്ടും സമാധാനം ലഭിച്ചോ?

ജനതയുടെ ഈ ദുഃസ്വപ്നമാണ് ഗതാഗതമന്ത്രിയുടെ മഹാസ്വപ്നം! ഹൈവേ വരുമ്പോൾ വിലപിടിച്ചതും പകരം ഇല്ലാത്തതുമായ പലതും പോകും. ഈ വിനാശത്തിലേക്ക് ജനങ്ങളുടെ ശ്രദ്ധയെ ശക്തിയോടെ ആകർഷിക്കാൻ 2004 ൽ ചില പത്രങ്ങൾ ലേഖനങ്ങളും മറ്റും പ്രസിദ്ധീകരിച്ചു. കാലോചിതമായ നേതൃത്വം നല്കി. വീരേന്ദ്രകുമാർ, പ്ലാച്ചിമടയുടെ കാര്യത്തിലെന്നതുപോലെ, ഈ രാജപാതയെന്ന പാതകത്തെ ചെറുക്കാൻ ജനകീയപ്രതിരോധം വളർത്തി. അനേകം പൊതുയോഗങ്ങളിൽ ഞങ്ങൾ ജനങ്ങൾക്ക് ഈ മായാമൃഗത്തിന്റെ യഥാർത്ഥരൂപം എന്തെന്ന് വിവരിച്ചുകൊടുത്തിരുന്നു. ജനങ്ങൾക്കുവേണ്ടി പ്രവർത്തിക്കുന്ന എത്രയോ പേർ അന്ന് ആ സമരത്തിന്റെ സഹായത്തിനെത്തി. ഈ യാതനാവീഥി വീണ്ടും വരികയാണെങ്കിൽ, അന്നത്തെ സമരവ്യൂഹം വെടിക്കോപ്പ് നനയാതെ സന്നദ്ധമായി നില്ക്കണമെന്ന് അഭ്യർത്ഥിക്കുന്നു.

2006 ഫെബ്രുവരി

മന്ത് അല്ലേ ഭേദം?

കേരളത്തിൽ ഇന്ന് (ജൂൺ അഞ്ച്) മന്ത്ദിനം എന്ന് വിളിക്കാവുന്ന ഒരു പരിപാടി നടക്കുകയാണെന്ന് അറിയുന്നു. ഇന്ന് പരിസ്ഥിതി ദിനവുമാണ്. 'മന്ത്' (മാംസം) എങ്ങനെ ദിനമാകുന്നു എന്നത് ഇന്നത്തെ ക്വിസ് തലമുറയോട് ചോദിക്കാവുന്ന നല്ലൊരു ചോദ്യമാണ്. മന്ത് എന്ന ദീനം കൊല്ലത്തിലൊരു 'മന്ത്ദിന'ത്തിൽ പരക്കെ നടക്കുന്ന ഔഷധസേവ കൊണ്ട് ഉച്ചാടനം ചെയ്യാൻ കഴിയുമെന്ന് കേരള ഗവൺമെന്റ് വിശ്വസിച്ചതുപോലെയുണ്ട്. ലോകാരോഗ്യ സംഘടനയും കേന്ദ്രസർക്കാരും മരുന്നും ധനവും മറ്റും നല്കി സഹായിക്കുമ്പോൾ കേരളത്തിലെ 8000 ത്തോളം വരുന്ന ശ്ലീപദ രോഗികളെ മന്തന്മാരല്ലാതാക്കുമെന്നാണ് ആരോഗ്യവകുപ്പിന്റെ ദൃഢവിശ്വാസം.

പക്ഷേ, തുടക്കത്തിലേ കല്ലുകടിച്ചു. വേണ്ടത്ര മരുന്നു കിട്ടാതെ തീയതി അനിശ്ചിതമായി നീട്ടാൻ ആരോഗ്യമന്ത്രി നിർബ്ബന്ധിക്കപ്പെട്ടിരിക്കുകയാണ്.

സമയം നീട്ടിക്കിട്ടിയത് ഒരു കണക്കിന് നന്നായി. ജനങ്ങളെ 'ബോധവൽക്കരണം' നടത്തി മന്ത് ചികിത്സക്ക് പ്രേരിപ്പിക്കുകയാണ് ഗവൺമെന്റിന്റെ ഉദ്ദേശ്യം. ഒരു കാര്യം ചെയ്യുന്നതിന് ആളുകളെ മുഴുവൻ നിർബ്ബന്ധപൂർവ്വം പ്രേരിപ്പിക്കുന്നത് ബോധവല്ക്കരണമല്ല. പ്രലോഭിപ്പിക്കലാണ്, കബളിപ്പിക്കലുമാണ്. ഗവൺമെന്റ് അങ്ങനെ വിവേചനമില്ലാതെ പരിപാടികൾ നടപ്പാക്കരുത്.

വടക്കർ പെരുങ്കാൽ എന്നും തെക്കർ മന്ത് എന്നും പറഞ്ഞുവരുന്ന ഈ രോഗത്തിന് സംസ്കൃതത്തിൽ ശ്ലീപദം എന്നാണ് പേര്. 'നല്ല കാല്' എന്ന് അർത്ഥം. പെരിയ കാല് ശ്രീയുണ്ടാകുന്ന കാലായിരിക്കാം. പക്ഷേ, അത് അനുഭവത്തിൽ ദുസ്സഹവും കാഴ്ചക്ക് ബീഭൽസവുമാണ്. ഇതിന്റെ

ചികിത്സയ്ക്ക് പ്രേരണയൊന്നും ആവശ്യമുണ്ടെന്ന് തോന്നുന്നില്ല.

ആയുർവേദത്തിൽ ഇതിന് നിവാരണമായി പല മരുന്നുകളും പ്രയോഗിക്കാറുണ്ട്. തിപ്പലി, പഴയ എള്ളിൻപിണ്ണാക്ക്, മുരിങ്ങത്തൊലി എന്നിവ ഗോമൂത്രത്തിൽ അരച്ച് ചെറുചൂടോടെ പുരട്ടിനോക്കാം. മിക്കമരുന്നിലും ഗോമൂത്രം ഒരു ഘടകമാണ്. പ്രാരംഭദശയിൽ ഗുണപ്പെട്ടെന്ന് വരും. ഹോമിയോപ്പതിയിലും നല്ല ചികിത്സയുണ്ട്. ആധുനികചികിത്സ എന്ന് അറിയപ്പെടുന്ന അലോപ്പതിയിലും സമ്പൂർണ്ണശമനം കിട്ടുമെന്ന് ഉറപ്പില്ല. എറണാകുളം ജില്ലാ മെഡിക്കൽ ഓഫീസർ ചൂണ്ടിക്കാണിച്ചതുപോലെ ഇസ്നോഫീലിയക്കുള്ള ഹെട്രസാൻ എന്ന പഴയ മരുന്ന് ഇപ്പോൾ കേരളഗവൺമെന്റ് മന്ത് നിവാരണത്തിന് ഉപയോഗിക്കുന്നു. മൂത്തുകുന്നത്ത് ജോലി ചെയ്തിരുന്നപ്പോൾ എന്നെ ഇസ്നോഫീലിയ പിടികൂടി. ഹെട്രസാൻ ഉപയോഗിക്കേണ്ടിവന്നു. പ്രധാനരോഗം മാറിയെങ്കിലും പല കുഴപ്പങ്ങളും ഏറെക്കാലം പിന്തുടർന്നു. ഈ മരുന്നിനെപ്പറ്റിയാണ് വകുപ്പുദ്യോഗസ്ഥർ ദോഷഫലരഹിതം എന്ന് പ്രശംസിക്കുന്നത്. എന്റെ അനുഭവം പോകട്ടെ, എത്രയോ പരീക്ഷണങ്ങൾ നടത്തി പ്രസിദ്ധീകരിച്ച ഏറ്റവും പുതിയ ആധികാരിക ഗ്രന്ഥങ്ങൾ ഈ മരുന്നിന്റെ ദോഷഫലങ്ങൾ എണ്ണിയെണ്ണി പറയുന്നുണ്ട്. 'സുരക്ഷയ്ക്ക് വേണ്ടി ജാഗരൂകരാവുക' എന്നൊക്കെ വൻമുന്നറിയിപ്പുകൾ അവ നല്കുന്നു. Current index of Medical Specialities (2004 ഏപ്രിൽ), Monthly Index of Medical Specialities (2004 ഏപ്രിൽ), Indian Drug Review (2004 ഏപ്രിൽ) തുടങ്ങി ഇന്ത്യയിലും വിദേശങ്ങളിലും പ്രസിദ്ധീകൃതമായ ഗ്രന്ഥങ്ങളും പത്രങ്ങളും നോക്കുക. ഹെട്രസാന്റെ ദോഷഫലങ്ങളെ പറ്റി നാം വിശ്വസിക്കേണ്ടത് ഇവരെയോ, അല്ല നമ്മുടെ ആരോഗ്യമന്ത്രിയെയോ?

വൻകച്ചവടക്കമ്പനികളായ ലെഡർലി, ഗ്ലാക്സോ തുടങ്ങിയവർ ഡി ഇ സി എന്ന രാസ ഔഷധത്തെ പല വ്യാപാരമുദ്രകളിൽ നിർമ്മിച്ചിരിക്കുന്നു. ഹെട്രസാൻ ലിഡെർലിയുടേതാണ്; ഗ്ലാക്സോവിന്റെ ബ്രാന്റ് ഡെനോസൈഡ്. ഇവർക്കൊക്കെ വേണ്ടി സംസാരിക്കാൻ പലരും കാണും. പുകവലി നല്ലതാണെന്ന് ശാസ്ത്രജ്ഞർ പറഞ്ഞില്ലേ? പാവങ്ങൾക്കാണ് പറയാൻ ആളില്ലാത്തത്.

ഇവയെല്ലാം കിണർവെള്ളംപോലെ വിശുദ്ധമാണെന്ന് ആരോഗ്യമന്ത്രി ബോധവല്ക്കരിക്കുന്നു. ദോഷഫലങ്ങളില്ലെന്നാണ് മന്ത്രിയുടെ പ്രസ്താവന. മരിച്ചത് അശ്വത്ഥാമാവ് എന്ന ആന എന്നതാണ് സത്യമെങ്കിലും മരിച്ചത് അശ്വത്ഥമാവ് എന്ന് ഉച്ചത്തിൽ പറഞ്ഞ് ബാക്കി വാക്കുകൾ വിഴുങ്ങുന്ന കപടതന്ത്രമാണ് ഇത്. ഇത് തമസ്കരണമാണ്. മന്ത്രി പാർശ്വഫലങ്ങളില്ലെന്ന് പറയുമ്പോൾ അദ്ദേഹത്തിന്റെ വകുപ്പ് ചില ചീത്ത പാർശ്വഫലങ്ങളുണ്ടെന്ന് പ്രസ്താവിച്ചു. ദോഷങ്ങളെപ്പറ്റിയും ചികിത്സയെപ്പറ്റിയും വ്യക്തമായൊന്നും പറയുന്നില്ല. ഇതാണ് ബോധവല്ക്കരണം എന്ന അസംബന്ധം.

ഗവൺമെന്റ് വകുപ്പ് ഡോക്ടർമാരിലൂടെ ചികിത്സയെ നടത്തുന്നത്,

സത്യം പറഞ്ഞാൽ, അബോധവല്ക്കരണമാണ്. 2004 ഏപ്രിലിൽ ഉപയോഗത്തിലുള്ള വിശിഷ്ടൗഷധങ്ങളുടെ സൂചികാഗ്രന്ഥത്തിൽ (നേരത്തെ ഉദ്ധരിച്ചത്) ചൂണ്ടിക്കാണിച്ച ദോഷങ്ങൾ നിസ്സാരങ്ങളല്ല. അവയെല്ലാം പാർശ്വഫലങ്ങൾ എന്ന് പറഞ്ഞ് ഗൗരവം കുറച്ച് കാണിക്കരുത്. അത് കുതന്ത്രമാണ്. ഈ ആധികാരിക ഗ്രന്ഥത്തിൽ മരുന്നിന്റെ പേരുപറഞ്ഞ് രണ്ടാം തലക്കെട്ടായി കൊടുത്തിരിക്കുന്നത്, സൂക്ഷിക്കണമെന്നും വിപരീതഫലങ്ങൾ ഉണ്ടാകാമെന്നുമുള്ള മുന്നറിയിപ്പാണ്. ആരോഗ്യം കുറഞ്ഞവർ, മുലയൂട്ടുന്നവർ, പ്രായം കൂടിയവർ തുടങ്ങിയവർക്ക് ദോഷഫലങ്ങൾ വളരെ അപകടം ചെയ്യും. ഈ ദുർബലവിഭാഗങ്ങളെ ഒഴിവാക്കിയല്ലാതെ ജനക്ഷേമതല്പരമായ ഒരു ഭരണകൂടത്തിനും ഈ സമൂഹചികിത്സാപരിപാടി നടപ്പാക്കാൻ പറ്റില്ല. ഇവരെയും കുട്ടികളെയും ഒഴിവാക്കിയാൽ 8000 രോഗികളിൽ എത്രപേർ ബാക്കിയുണ്ടാവും? പകുതിയിലേറെയും കാണില്ല. ഇവർക്ക് വേണ്ടി 113 ലക്ഷം രൂപ ചെലവാക്കുവാൻ പോവുകയാണ്. ചികിത്സ കഴിഞ്ഞാൽ രോഗികൾക്ക് നല്ല സഹായധനം നല്കാനാകും ഇത്ര വലിയ തുക വെച്ചിരിക്കുന്നത്. ഈ പണംകൊണ്ട് ശുദ്ധജലവും കൊതുക് സംഹാരവും പണ്ടേ നടത്തിയിരുന്നെങ്കിൽ ഈ ഗുളിക വിഴുങ്ങുന്ന പരിപാടി വേണ്ടിവരില്ലായിരുന്നു. ഇനിയും ഇത് ചെയ്താൽ മതി.

മരുന്ന് 21 ദിവസം അളവും മറ്റും ക്രമപ്പെടുത്തി ഡോക്ടറുടെ മേല്നോട്ടത്തിൽ നടത്തണം. പല ഉപരോഗങ്ങൾക്കും സാദ്ധ്യതയുണ്ട്. പനി, തലവേദന, മനംപുരട്ടൽ, ഛർദ്ദി, വിറയൽ തുടങ്ങിയവയും ചിലരിൽ ചൊറിച്ചിലും പേശികളിലും സന്ധികളിലും വേദനയും തലച്ചോറിൽ വീക്കം, കണ്ണിൽ ചോര വരിക തുടങ്ങിയതും കാണാം. ഇവയെല്ലാം ചികിത്സിച്ച് ഭേദപ്പെടുത്താൻ വലിയ ഏർപ്പാട് ആവശ്യമാണ്. അതിനുള്ള ഒരു വഴിയും പറഞ്ഞിട്ടില്ല. ദോഷഫലങ്ങൾ കുറയ്ക്കാൻ ഡോക്ടർമാർ എപ്പോഴും രോഗികളെ നിരീക്ഷിക്കണം. മരുന്ന് ക്രമീകരിച്ച് നല്കണം. വളരെ വലിയ തോതിൽ അതിവിപുലമായ ഒരു പദ്ധതിയുടെ ഭാഗമായി ആയിരക്കണക്കിന് രോഗികൾക്ക് ഔഷധം നല്കുമ്പോൾ ഈ ജാഗ്രത എത്ര കണ്ട് നിലനിർത്താൻ കഴിയും? വോട്ട് ചെയ്യുന്നതുപോലെ ചെയ്തു മടങ്ങുന്ന ഒരു പരിപാടിയാണ് ഇതും. പാവങ്ങളുടെ ചികിത്സ വഴിപാടുപോലെ നടത്തിയാൽ മതി എന്നും നേട്ടമൊക്കെ നമുക്കാകണമെന്നും ഉള്ള മനോഭാവത്തിന്റെ മന്ത് നന്നായി ബാധിച്ചവരാണ് ഈ മന്ത്രിമാരും ഉദ്യോഗസ്ഥരും. പാവങ്ങളെ നേരിടുന്ന ദോഷഫലങ്ങൾ ഇല്ലാത്തതും വമ്പന്മാർക്ക് ഒരു മൂക്കുചീറ്റൽ വന്നാൽ ഡോക്ടർമാരുടെ വൻപട പരിചരണസന്നദ്ധരായി ഓടിക്കൂടുന്നതുമായ ഒരു രാജ്യമായി ഇന്ത്യ തിളങ്ങുന്നു.

കേരളത്തിലെ മൂന്ന് മലനാട് ജില്ലകളെ ഒഴിവാക്കി മറ്റിടങ്ങളിൽ മുഴുക്കെ ഒറ്റ ദിവസംകൊണ്ട് ഈ മഹാനിവാരണപദ്ധതി നടപ്പാക്കി ഡോക്ടർമാർ സ്ഥലം വിടും. പിന്നെ എന്ത് നടക്കുമെന്നതിന് വല്ല ലക്ഷ്യ

വുമുണ്ടോ ആവോ? ഉണ്ടായാൽ തന്നെ ഈ സ്ഥലങ്ങളിലൊക്കെ ഈ ഭിഷഗ്വരന്മാർ എത്ര പ്രാവശ്യം രോഗിപരിചരണത്തിന് തിരിച്ചുവരും? മന്തിന്റെ അണുക്കളെ പൂർണ്ണമായി നശിപ്പിക്കാനാവില്ലത്രേ. അങ്ങനെ കുറച്ചു മന്തും കുറേ അപൂർവ്വരോഗങ്ങളുമായി ഈ പാവങ്ങൾ കുഴങ്ങുമ്പോൾ ആരെങ്കിലും തിരിഞ്ഞുനോക്കുമോ? ആ കഷ്ടപ്പാടിലും ഭേദം മന്തല്ലേ എന്ന് അവർ ചിന്തിക്കുമ്പോൾ ഈ മന്ത്രിക്കും വകുപ്പിനും ഡോക്ടർമാർക്കും അവരെ ആശ്വസിപ്പിക്കാനാകുമോ?

ധനസമൃദ്ധി കൂടിയ പദ്ധതികൾ വെളിയിൽ നിന്ന് ആകർഷകങ്ങളായ വർണ്ണനകളോടെ പ്രത്യക്ഷപ്പെടുമ്പോൾ അവ ഉടനടി ഗവൺമെന്റും ബന്ധപ്പെട്ട ഉദ്യോഗസ്ഥരും സ്വാഗതം ചെയ്യുന്നു. ഉപഭോക്താക്കൾക്ക് ഇവകൊണ്ട് ലഭിക്കുന്ന ഗുണം തുച്ഛവും ദോഷം അനല്പവും ആയിരിക്കുമ്പോൾ പ്രയോക്താക്കളായ ഭരണ-ഉദ്യോഗപ്രതിനിധികൾക്ക് (എല്ലാവരും ഇല്ലെങ്കിലും) വമ്പിച്ച സൗകര്യങ്ങളും ധനലാഭവും ഇവ ഉണ്ടാക്കിക്കൊടുക്കുന്നു. ഇത്തരം ബഹുജന ചികിത്സാ പദ്ധതികളിൽ വ്യാപരിച്ച പഴയകാലത്ത് സമർത്ഥന്മാരുടെ കഥകൾ എത്രയോ അറിയാമെങ്കിലും എഴുതാൻ ബുദ്ധിമുട്ടാണ്. ഗവൺമെന്റ് ഇതിലൊന്നും പെട്ടെന്ന് വീണുപോകരുത്. ഈ മന്തുകേസിൽ തന്നെ തന്റെ പേരിൽ ഇറക്കിയ പ്രസ്താവന സത്യമല്ലെന്ന് മന്ത്രി പരിശോധിച്ചോ?

ആ പദ്ധതിയെപ്പറ്റി വിപുലമായ തോതിൽ മന്ത്രിക്ക് ചർച്ച ചെയ്യാവുന്നതാണ്. വകുപ്പിലെ ഉദ്യോഗസ്ഥന്മാരുമായി ചർച്ച നടക്കട്ടെ, അതിനുപുറമേ സാമൂഹികപ്രതിബദ്ധതയും സേവനമനോഹതിയുമുള്ള എത്രയോ വിദഗ്ദ്ധരുണ്ടല്ലോ. അഭിപ്രായസന്തുലനത്തിന് വേണ്ടി, ഇക്കാലത്ത് വിശേഷിച്ചും, മന്ത്രി ഇവരുമായി ചർച്ച ചെയ്യാൻ കടപ്പെട്ടിരിക്കുന്നു. ഏഷ്യയിലും ആഫ്രിക്കയിലും ചീത്ത മരുന്നുകൾ പ്രചരിപ്പിക്കുന്ന ഔഷധക്കമ്പനികൾ ധാരാളമുണ്ടെന്ന് ഇക്കാലത്ത് അറിയാത്തവരായി ആരുമില്ല. ഈ മന്ത് പരിപാടി വന്നപ്പോൾ, മന്ത്രി ആദ്യം ആലോചിക്കേണ്ടത് അതിനെപ്പറ്റിയായിരുന്നില്ലേ? ഇത്ര കുറച്ച് ആളുകൾക്ക് ഇത്ര ദോഷകരമായ ഒരു വിപുലപദ്ധതി ഇത്ര പണച്ചെലവിൽ നടത്തേണ്ടതുണ്ടോ? കഷണ്ടിക്കും മന്തിനും മരുന്നില്ല എന്നറിയാത്തവരല്ല ഈ രോഗികൾ പത്തിരുപത് ലക്ഷം രൂപ കൊണ്ട് ഇവർക്ക് ആയുർവേദ-ഹോമിയോ-പ്രകൃതി ചികിത്സാ രീതികൾ വഴി ചെറിയ സമാധാനം ഉണ്ടാക്കാൻ കഴിയേണ്ടതാണ്. ഡി ഇ സി ഗുളികകൾ കഴിച്ച രോഗികളേക്കാൾ മനസ്സമാധാനവും ശരീരസുഖവും അവർക്കുണ്ടാകാതിരിക്കില്ല. സമ്പൂർണ്ണനിവാരണം ചുരുക്കമായേ നടക്കുകയുള്ളൂ. നടന്നെങ്കിൽ അത്രയും നന്ന്.

ഒരു രോഗത്തിനു ചികിത്സിച്ചു അതു മാറാതെ വേറെ ചില രോഗങ്ങൾ ഉണ്ടാക്കിത്തീർക്കാൻ ആർക്കെങ്കിലും അവകാശമുണ്ടോ? ഇത് മനുഷ്യന്റെ പ്രാഥമികാവകാശത്തിന്റെ നിഷേധമല്ലേ? ഇത്തരം ഉപരോഗങ്ങൾ ഉണ്ടാകുമെന്ന് ശാസ്ത്രഗ്രന്ഥങ്ങൾ മുന്നറിയിപ്പ് നല്കിയിട്ടും അവ പ്രയോഗിച്ച് ജനങ്ങളെ ദ്രോഹിക്കുന്ന മന്ത്രിയും വകുപ്പുതലവന്മാരും ഈ കുറ്റം

ചെയ്തിനു ശിക്ഷിക്കപ്പെടേണ്ടവരല്ലേ?

ഏത് പദ്ധതി കൊണ്ടുവരുമ്പോഴും പാവങ്ങളെ എങ്ങനെ ബാധിക്കുന്നെന്ന് അറിയണമെന്ന ഗാന്ധിജിയുടെ ഉപദേശം നമ്മുടെ ഭരണകൂടം മറന്നുപോയെങ്കിൽ പെട്ടെന്ന് മറക്കാനാവാത്ത പല തിക്തപാഠങ്ങളും അവർക്ക് പഠിക്കേണ്ടിവരും. ഇതിനെപ്പറ്റി ഒന്നേ ഞങ്ങൾക്ക് പറയാനുള്ളൂ. അത് പണ്ടേ മഹാന്മാർ പാടിക്കഴിഞ്ഞതാണ്. ഇത്രയുമെഴുതിയ പാഴ് വാക്കുകൾക്ക് മാപ്പ് ചോദിക്കുന്നു. "പാവങ്ങൾ ചത്തീടുകിലെന്ത്? പിറക്കിലെന്ത്?"

അവർ വീണ്ടും വരില്ലെന്നാണ് നാട്ടുകാർ കരുതിയത്. പക്ഷേ, വീണ്ടും അവർ വരുന്നുവെന്ന് ആരോഗ്യ സേവന ഡയറക്ടർ മുന്നറിയിപ്പു തന്നുകഴിഞ്ഞു. കേരളത്തിലെ പതിനൊന്നു ജില്ലകളിൽ (മൂന്ന് മലനാട് ജില്ലകൾ ഒഴികെ) നടത്താൻ പോകുന്ന ബൃഹത്തായ മന്തുരോഗ നിവാരണ പദ്ധതിയുടെ ഉദ്ഘാടനം മാർച്ച് 28-നു തിരുവനന്തപുരത്തുവെച്ച് ആരോഗ്യമന്ത്രി നിർവ്വഹിക്കുന്നു. കഴിഞ്ഞ വർഷം ഇതേ സമയത്ത് കേരളത്തിൽ വാണിരുന്ന മന്ത്രിസഭയിലെ ആരോഗ്യമന്ത്രി ജൂൺ-5നു തുടങ്ങാൻ നിശ്ചയിച്ച ഇതേ നിർമ്മാർജ്ജന പരിപാടി വേണ്ടത്ര മരുന്നു കിട്ടാനില്ലെന്നു പറഞ്ഞ മാറ്റിവെച്ചിരുന്നു. പദ്ധതിയുടെ ചില വിവരങ്ങൾ ആരോഗ്യവകുപ്പ് പുറത്ത് വിട്ടപ്പോൾ, കൂടുതൽ പ്രസക്തങ്ങളായ വിവരങ്ങൾ ശേഖരിച്ച് ഒരുപാട് സംഘങ്ങളും വ്യക്തികളും പദ്ധതിയുടെ ഗുണകാരിതയെ അടിമുടി ചോദ്യം ചെയ്തിരുന്നു. കൂട്ടത്തിൽ ഈ ലേഖകനും ചികിത്സയുടെ ദ്രോഹകരങ്ങളായ വശങ്ങളെപ്പറ്റി പത്രങ്ങളിൽ എഴുതുകയും മുഖ്യമന്ത്രിക്കു നിവേദനം നല്കുകയും ചെയ്തിരുന്നു. പദ്ധതി എന്ന പഴം താഴെ വീണത് പ്രതിഷേധത്തിന്റെ കാക്ക വന്നതുകൊണ്ടോ പഴം പഴുത്തതുകൊണ്ടോ എന്നു തീരുമാനിക്കേണ്ട ആവശ്യമില്ലെങ്കിലും പ്രതിഷേധമുണ്ടായിരുന്നു എന്ന് പദ്ധതിയുടെ രണ്ടാം ഉദ്ഘാടനത്തിനു തയ്യാറെടുക്കുന്നവരെ ഓർമ്മിപ്പിക്കേണ്ട ആവശ്യമുണ്ട്. ഇപ്പോഴത്തെ ആരോഗ്യമന്ത്രി എതിർപ്പിനെ പരിഗണിച്ചതായി, ഇതിനുമുമ്പ് മന്തുനിവാരണത്തെപ്പറ്റി അദ്ദേഹം ചെയ്ത പ്രസ്താവനയിൽനിന്നു മനസ്സിലാക്കാം. പ്രതിഷേധിച്ചവരുടെ ആശങ്കകളും ഭീതികളും പരിഹരിക്കപ്പെട്ടു കഴിഞ്ഞോ എന്ന്, ഉദ്ഘാടനത്തിനു മുമ്പ് ആരോഗ്യമന്ത്രി വേണ്ടപ്പെട്ടവരുമായ പര്യാലോചിക്കണമെന്ന് അദ്ദേഹത്തെ ഓർമ്മപ്പെടുത്താനാണ് ഈ ലേഖനം എഴുതുന്നത്. മന്ത്രി ഇപ്പോൾ ആരോഗ്യവകുപ്പ് ഡയറക്ടറുടെയും ബന്ധപ്പെട്ട ഉദ്യോഗസ്ഥവൃന്ദത്തിന്റെയും അനുകൂലപക്ഷം മാത്രമേ കേട്ടിട്ടുള്ളൂ. ആരോഗ്യവകുപ്പിലെ പ്രവർത്തകരുടെ സംശയങ്ങൾ പരിഹരിക്കാൻ ഡയറക്ടർ ഒരു യോഗം ചേർന്നുവെന്ന വാർത്ത കണ്ടു. ഗുളിക കൊടുക്കുന്നവരുടെ സംശയമല്ല. കഴിക്കുന്നവരുടെ സംശയമാണ് ഇല്ലാതാക്കേണ്ടത്. ഒരു കൊല്ലമായിട്ടും പരിപാടി നടപ്പാക്കാതെ നീട്ടിക്കൊണ്ടു പോയത് മരുന്നിന്റെ ദൗർല്ലഭ്യം കൊണ്ടല്ലെന്ന് വ്യക്തം. മന്ത്രിയെ അസ്വസ്ഥനാക്കിയ പ്രതി

ഷേധത്തിന്റെ പിന്നിലുള്ള ന്യായമായ സംശയങ്ങൾ ഡയറക്ടറും കൂട്ടുകാരും സമ്പൂർണ്ണമായി പരിഹരിച്ചുവെന്ന് ഉറപ്പുപറയാമോ?

ഭയാശങ്കകൾ പരിഹരിക്കപ്പെടാതെ മുൻപടി നിലനില്ക്കുന്നു. ഉദ്ഘാടനത്തിനു മുൻപ് അവ ഇല്ലാതാക്കുവാൻ ജംബുകങ്ങളെ മാറ്റി നിർത്തിക്കൊണ്ടുള്ള ഒരു അന്വേഷണം നടത്തി വിവരങ്ങൾ നാട്ടുകാരെ അറിയിച്ചിട്ടു മതി പദ്ധതിയുടെ സമാരംഭം. ഉദ്യോഗസ്ഥരെ നേരിടുമ്പോൾ ആരോഗ്യമന്ത്രിയെ സഹായിക്കാൻ ഉതകുന്ന കുറച്ചു ചോദ്യങ്ങൾ ഇവിടെ കുറിക്കട്ടെ.

1. കേരളത്തിൽ തീരപ്രദേശങ്ങളിലാണ് സാധാരണയായി മന്ത് കാണുന്നത്. ഇപ്പോൾ ആലപ്പുഴ, വളപട്ടണം തുടങ്ങിയ പഴയ രോഗകേന്ദ്രങ്ങളിൽപ്പോലും മന്തുരോഗികളുടെ എണ്ണം പഴയതുപോലെയില്ല. 8000 ത്തിനടുത്ത് മന്തുരോഗികളാണ് കേരളത്തിലുള്ളത് എന്ന് ഗവൺമെന്റ് മുമ്പ് പറഞ്ഞിരുന്നു. സംഖ്യ പെട്ടെന്ന് കൂടി. ഇപ്പോൾ മലയോരങ്ങൾ ഒഴിച്ചുള്ള സ്ഥലങ്ങളിൽ ആളുകൾ മൊത്തത്തിൽ ചെയ്യേണ്ട ഒരു ചികിത്സയായിട്ടാണ് ഈ ശതകോടി പദ്ധതി ആവിഷ്കരിക്കപ്പെട്ടിരിക്കുന്നത്.

രോഗബാധിതരുടെയും രോഗബാധയുടെ സാദ്ധ്യതകളും സാഹചര്യങ്ങളും ഉള്ളവരുടെയും ജനസംഖ്യാക്കണക്ക് ആരോഗ്യവകുപ്പിന്റെ പക്കൽ ഉണ്ടോ? ഉണ്ടെങ്കിൽ അവർക്കു മാത്രം പോരേ ഈ നിർമ്മാർജ്ജന ഭീഷണി? പാർശ്വദോഷങ്ങൾ ഒരുപാടുള്ള ഒരു ചികിത്സ, രോഗമില്ലാത്ത ഒരു വലിയ ജനസമൂഹത്തിന്റെ മേൽ നടത്തുമ്പോൾ ഉണ്ടാവുന്ന അനാവശ്യച്ചെലവും ദുഷ്ഫലങ്ങളും എത്രയോ വലുതായിരിക്കും. ഇത് ഒഴിവാക്കിക്കൂടേ? ഒഴിവാക്കേണ്ടതല്ലേ?

2. ഈ മന്ത് ചികിത്സയ്ക്കു പാർശ്വദോഷങ്ങളില്ലെന്ന് കഴിഞ്ഞ വർഷം ആദ്യം പറഞ്ഞ വകുപ്പ് പിന്നെ നിലപാട് മാറ്റി. ഗുളിക കഴിച്ചാൽ പനിവരുമെന്ന് എറണാകുളം ഡി എ ഒ സമ്മതിച്ചാലും ആ പനി നല്ലതാണെന്നു കൂട്ടിച്ചേർക്കുകയുണ്ടായി. വീണാലും ഇവിടെ കാല് മേലെയായിരിക്കും. പനി ചീത്തയാണെന്നു തലമുറയായി പഠിച്ച ഒരു സമൂഹത്തിനോട് പനി നല്ലതാണന്നു പറഞ്ഞാൽ ആ ഡോക്ടർ എത്ര വലിയ ഡയറക്ടറായാലും തങ്ങളെ കളിയാക്കുകയാണന്നേ ജനങ്ങൾ കരുതുകയുള്ളൂ.

പനി എന്ന ഈ ഉപരോഗം നല്ലതാണെങ്കിൽ അതിനെ വെറുതേവിട്ടാൽ മതിയോ? ഇതു നല്ലതാണെന്ന് ഏതു കിത്താബിൽ നിന്നാണ് തനിക്ക് അറിവ് കിട്ടിയതെന്നും അദ്ദേഹം പറഞ്ഞില്ല. ഈ ലേഖകൻ പരിശോധിച്ച ആധികാരികമായ ഗ്രന്ഥങ്ങളിലൊന്നിലുമില്ലാത്ത ഈ വിജ്ഞാനം ഇദ്ദേഹത്തിനു എവിടെനിന്ന് കിട്ടി എന്നു മന്ത്രി പ്രത്യേകം ആരായേണ്ടതാണ്. ഞാൻ പരിശോധിച്ച പ്രസിദ്ധീകരണങ്ങൾ നേരത്തെ ഉദ്ധരിച്ചല്ലോ - British Index Formulary (റോയൽ ഫാർമസ്യൂട്ടിക്കൽ സൊസൈറ്റി, ബ്രിട്ടൻ 2002-മാർച്ച്), എന്നതും നോക്കിയിരുന്നു.

ഇവയിലൊന്നും കാണാത്ത 'നല്ല പനിയും' 'നിസ്സാര' ക്ലേശങ്ങളും

ആരോഗ്യമന്ത്രിയുടെ ഭരണകാലത്ത് മന്തിനുപകരം കേരളീയർക്കെല്ലാം കൊടുക്കാൻ കഴിഞ്ഞാൽ അതിലും വലിയൊരു അനുഗ്രഹം മറ്റെന്തുണ്ട്?

3. പാർശ്വഫലങ്ങൾ ഇല്ലെന്നും ഉണ്ടെങ്കിൽ സാരമില്ലെന്നും ഉദ്യോഗസ്ഥർ ഒട്ടും ചുളുക്കമില്ലാതെ പ്രസ്താവിക്കുമ്പോൾ ഞാനുദ്ധരിച്ച ഒരൊറ്റ പുസ്തകവും ഈ ശുഭപ്രതീക്ഷകരെ സഹായിക്കുന്നില്ല. പ്രധാനപ്പെട്ട ശരീരാവയവങ്ങളെ ബാധിക്കുന്നതും മരണകാരണവുമായ അനവധി രോഗങ്ങൾ ഇവയിൽ എണ്ണിയെണ്ണിപ്പറഞ്ഞിട്ടുണ്ട്. ഞാൻ മുൻപെഴുതിയ ലേഖനങ്ങളിൽ അവയുടെ പേരുകൾ കൊടുത്തിട്ടുണ്ട്. ഹൃദ്രോഗം, മസ്തിഷ്കരോഗം, ന്യൂനസമ്മർദ്ദം മുതലായവയുടെ മുൻപിൽ തലവേദനയും ചൊറിച്ചിലും സാരമില്ലായിരിക്കാം. എങ്കിലും മന്തിനുപകരം ഇവ വാങ്ങിവെക്കണമോ എന്നു ജനങ്ങൾ തീരുമാനിക്കേണ്ടതാണ്.

മാർട്ടിൻ ഡേലിന്റെ The Complete Drug Reference എന്ന ഭീമൻ പുസ്തകം ഇവരിൽ പലരും കണ്ടിരിക്കാനിടയില്ല എന്ന് ഞാൻ ഊഹിക്കുന്നു. (ഇതിന്റെ ആകെ പേജ് 2500, വില 2300 രൂപ.) നമ്മുടെ ഡയറക്ടറും പരിവാരങ്ങളും ജനങ്ങളിൽ അടിച്ചേല്പിക്കുന്ന ഡൈ ഇനൈൽ കാർഡമസീൻ എന്ന രാസൗഷധം (ഡി ഇ സി എന്നറിയപ്പെടുന്നതു ലെഡർലി കമ്പനി തുടങ്ങിയവ ഹെട്രസാൻ എന്ന പേരിലും മറ്റ് കമ്പനികൾ മറ്റനേകം പേരുകളിലും അങ്ങാടിയിലിറക്കുന്ന സാധനം) എത്ര ഭീകരങ്ങളായ എണ്ണമില്ലാത്ത മഹാരോഗങ്ങൾ ഉണ്ടാക്കുമെന്ന സത്യം മന്ത്രിയിൽ നിന്നും ജനങ്ങളിൽ നിന്നും മൂടിവെച്ചു. പാർശ്വഫലങ്ങൾ ഉണ്ടെങ്കിൽ സാരമില്ലെന്നും ചില പാർശ്വഫലങ്ങൾ നല്ലതാണെന്നും പറയാൻ മടിയില്ലാത്ത ഈ ഡയറക്ടർമാരും ഏത് രോഗത്തെക്കാളും പേടിക്കേണ്ടവരാണ്.

4. കേരളീയർക്കു മുഴുവൻ കൊടുക്കാൻ ശുപാർശ ചെയ്യപ്പെട്ട ഈ ചികിത്സ ഒഴിവാക്കേണ്ടവരുടെ പട്ടിക നോക്കിയാൽ, മന്തുള്ളവരിൽപ്പോലും അധികം പേർ ബാക്കിവരില്ല. ഗർഭിണികൾ, ആരോഗ്യം കുറഞ്ഞവർ, മുലയൂട്ടുന്ന അമ്മമാർ, വൃദ്ധർ, വൃക്കക്കുഴപ്പമുള്ളവർ, ഹൃദ്രോഗികൾ തുടങ്ങിയവരെ ഒഴിവാക്കുന്നുണ്ടോ? ഇല്ലെങ്കിൽ അവരുടെ കണക്കുണ്ടോ?

5. ഈ ഡോക്ടർ-ഭരണകർത്താക്കളുടെ ജനസ്നേഹത്തിലും സ്വഭാവശുദ്ധിയിലും ആരോഗ്യമന്ത്രിക്കു പൂർണ്ണവിശ്വാസം ഉണ്ടോ? ഉണ്ടെങ്കിൽ ജനങ്ങൾക്കില്ല. ഒരു സാധാരണ ഡോക്ടർപോലും മരുന്നു കമ്പനികളെ സഹായിച്ചാൽ, കമ്പനികളുടെ നാനാരീതിയിലുള്ള കൈമടക്ക് ലഭിക്കുന്നവരാണ്. ഈ നഗ്നസത്യം അറിയാത്തവർ ഈ നാട്ടിൽ ആരുമില്ല.

ഇതാണ് വികസനം! അവിഹിത സമ്പത്തിന്റെ വികസനം. പാവപ്പെട്ടവന്റെ ജീവിത ക്ലേശത്തിന്റെ വികസനം! ഇതിനെതിരെ ശബ്ദമുയർത്തുന്നവർ വികസനവിരുദ്ധർ, ആരോഗ്യമന്ത്രിയും ഈ നവീന രാഷ്ട്രീയത്തിലേക്ക് മാർഗ്ഗം കൂടിക്കഴിഞ്ഞോ?

ഉദ്യോഗസ്ഥരും മന്ത്രിമാരും അവിഹിത ധനത്തിൽ കണ്ണ് തറപ്പിച്ച് ജീവിക്കുന്ന ഒരു കരാളയുഗത്തിൽ, ചിലതൊക്കെ തുറന്നുപറയാതെ നിവൃത്തിയില്ലെന്ന് വന്നിരിക്കുന്നു. ആരോഗ്യവകുപ്പിലെ ഒരു മുൻ ഡയറക്ടർ പേവിഷ വാക്സിൻ, ശസ്ത്രക്രിയാ നൂൽ എന്നിവയുടെ ഇടപാടുകളിൽ അഴിമതി നടത്തിയെന്ന് ആരോപണം കാരണം വിജിലൻസ് അന്വേഷണം നേരിട്ട് ഈ നാട്ടിലെ പതിവനുസരിച്ച് വലിയ ശിക്ഷകളിൽ നിന്ന് ഒഴിവായി മാന്യത നിലനിർത്തി ജീവിക്കുന്നുണ്ടെന്ന് മന്ത്രി അനുസ്മരിച്ചാൽ കൊള്ളാം. കഴിഞ്ഞ വർഷം ഈ പദ്ധതി നടപ്പിലാക്കി കർണ്ണാടകയിലും ആന്ധ്രയിലും പാവങ്ങൾ ഒരുപാട് മരിച്ചു. ആരും ഉത്തരവാദിത്വം ഏറ്റെടുത്തില്ല. അതുപോലെ കേരളത്തിൽ സംഭവിച്ചാൽ ഉത്തരവാദിത്വം ഏറ്റെടുക്കാനുള്ള ധീരത ആരോഗ്യമന്ത്രി ഏറ്റെടുക്കുമോ? ഈ ഉദ്യോഗസ്ഥരിൽ ആരെങ്കിലും ഏറ്റെടുക്കുമോ? മരണത്തിന്റെ ഉത്തരവാദിത്വം പാവങ്ങളുടേതു തന്നെയോ?

നാറാണത്തു ഭ്രാന്തന്റെ മുമ്പിൽ വന്ന പ്രശ്നം മന്ത് ഇടതുകാലിനോ വലതുകാലിനോ എന്നതായിരുന്നു. ഇന്നത്തെ ചോദ്യം അതല്ല-മന്തോ മസ്തിഷ്ക - ഹൃദയ - വൃക്ക രോഗങ്ങളോ വേണ്ടത്? മാർച്ച് 28 ന് മന്തു നിവാരണ പദ്ധതി ഉദ്ഘാടനംചെയ്യുമ്പോൾ മന്ത് നിവാരണം സൃഷ്ടിക്കുന്ന മറ്റൊരു രോഗസമുച്ചയത്തെപ്പറ്റി മന്ത്രി ബോധവാനാകുമോ ആവോ?

2005 മാർച്ച്

മാന്യന്മാർക്ക് മാനക്കേടുണ്ടാക്കിയതിന് മാപ്പ്!

എൺപത്തി അഞ്ച് വർഷം മുമ്പാണ് മഹാകവി വള്ളത്തോൾ, ചെറുവണ്ണൂർ തീവണ്ടിയാപ്പീസിൽ (ഇന്നത്തെ ഷൊർണ്ണൂർ ജംഗ്ഷൻ) കണ്ട ആസന്നമരണനായ ഒരു കൂലിവേലക്കാരനെപ്പറ്റി മനമലിഞ്ഞെഴുതിയ കവിത പ്രസിദ്ധീകരിച്ചത് - 'മാപ്പ്!' വെറുമൊരു കീറത്തുണിയുടുത്ത് മരിക്കാൻ കിടക്കുന്നവനെക്കണ്ട് അറപ്പോടെ മാറിനിന്നവരോട് കവി മാപ്പ് പറഞ്ഞു - അവനെപ്പറ്റി 'പാഴ് വാക്ക്' എഴുതിപ്പോയതിന്!

കേരളത്തിൽ ഇക്കാലത്തും ഇത്തരത്തിൽ 'അരുതാത്തത്' കാണാനാവാതെ മൂക്കുപൊത്തിയും കണ്ണടച്ചും കഴിയുന്ന അന്തസ്സുള്ള മാന്യവർഗ്ഗം ബാക്കിയുണ്ടെന്ന് ഞാൻ കരുതിയിരുന്നില്ല. കേരളത്തിലെ സൂപ്പർസ്റ്റാറുകൾ എന്നു വിളിക്കപ്പെടുന്നവരും അവരുടെ സംഘടനയും ചേർന്നുകൊണ്ട് തങ്ങൾക്ക് ശോഭിക്കാൻ പറ്റുന്ന വിധത്തിൽ തിരക്കഥയെയും നടീനടന്മാരെയും നീക്കുകയും ചേർക്കുകയും ചെയ്യുന്നുവെന്ന് വലിയൊരു പരാതി നടൻ തിലകൻ ഉന്നയിച്ചിരുന്നത് അടിസ്ഥാനരഹിതമല്ലെന്നു കണ്ട് ഈ ലേഖകൻ അദ്ദേഹത്തെ അനുകൂലിച്ചുകൊണ്ട് പ്രതികരിച്ചിരുന്നു. ഈ വിവാദം തീപോലെ ആളിക്കത്തി. ഒടുവിൽ തിലകന് കരാർലംഘനത്തിന്റെ നഷ്ടപരിഹാരമായി വലിയൊരു തുക കൊടുക്കേണ്ടിവന്നു. അദ്ദേഹത്തോട് സംസാരിച്ച് സംഘടനയിൽ ഐക്യം നിലനിർത്തുമെന്ന് ഒരു സൂപ്പർസ്റ്റാർ വെള്ളക്കൊടി വീശുകയും ചെയ്തു. ഈ പര്യവസാനത്തിൽ എന്താണ് മാന്യതയ്ക്കു ക്ഷതം വരുത്തുന്ന നാണക്കേടെന്ന് മനസ്സിലായില്ല. തിലകന് ഭൗതികമായി ലഭിക്കേണ്ടത് ലഭിച്ചതിനാൽ നാണം കെടുന്നില്ല. ഞാൻ തുടക്കത്തിലേ ഊന്നിപ്പറഞ്ഞ കലാസംഘടനയിലെ ഐക്യവും നീതിയും ലഭ്യമാക്കുന്ന തീരുമാനം

വന്നതിനാൽ നാണക്കേട് എന്നെയും ബാധിക്കില്ല. സൂപ്പർസ്റ്റാറും 'അമ്മ'യുടെ എതിരാളികളോട് മഹാമനസ്കത പുലർത്തിയതിനാൽ അവിടെയും നാണക്കേടിന്റെ പ്രശ്നം വരുന്നില്ല.

പിന്നെ ഏതു നാണക്കേടിനെപ്പറ്റിയാണ് ഡോ. എം ജി എസ് നാരായണൻ വിഷമിച്ചെഴുതിയത്? 'കലാകൗമുദി' മുഖ്യപ്രസംഗം എഴുതത്തക്കവണ്ണം എന്തു നാണക്കേടാണ് ഇവിടെ ഉണ്ടായത്.

ഒരുപാട് 'വിഴുപ്പലക്കൽ' ഉണ്ടായത്രേ.

ഉണ്ടായെന്ന് തല്ക്കാലം സമ്മതിക്കുക. വിഴുപ്പുള്ളത് കുറച്ചു അലക്കി വൃത്തിയാക്കുന്നത് തെറ്റാണോ? മലയാളശൈലിയിൽ വിഴുപ്പലക്കുക എന്ന പ്രയോഗത്തിന് കൂടുതൽ ദുരർത്ഥമാണുള്ളത്. എന്നാൽ അതേ ആശയം 'ശുദ്ധീകരണം' എന്ന ഗീർവാണം ഉപയോഗിച്ചാൽ എല്ലാവർക്കും സമ്മതമായിത്തീരും. വിഴുപ്പലക്കാതെ മൂലയ്ക്ക് കെട്ടിവയ്ക്കുകയാണോ വേണ്ടത്? ശുദ്ധീകരണം പാടില്ലേ?

തിലകന്റെ പ്രശ്നത്തിൽ ഈ ലേഖകൻ ഇടപെട്ടതോടെ അല്പം നാറുന്ന പല വിഴുപ്പും അലക്കി മടക്കിവെച്ചുകഴിഞ്ഞു. ഇത് സാംസ്കാരിക കേരളത്തിന് അഭിമാനിക്കാവുന്ന നേട്ടമല്ലേ?

പിന്നെ ബാക്കി നില്ക്കുന്നത് കുറച്ചു കടുത്ത വാക്കുകൾ അങ്ങോട്ടുമിങ്ങോട്ടും പറഞ്ഞതാണ്. എന്നെ സൂപ്പർസ്റ്റാർ മതിഭ്രമം വന്നയാൾ എന്നു വിളിച്ചു. എന്തോ തെറ്റിദ്ധാരണകൊണ്ട് പറഞ്ഞതാവും. എന്നെപ്പറ്റി ആ ധാരണ പുലർത്തിക്കൊണ്ട് ജീവിക്കാൻ കേരളത്തിൽ ആർക്കും സാധിക്കുകയില്ല. വിഗ്ഗിന്റെ കാര്യം വന്നത്, ഒരു കഥാകൃത്ത് സൂപ്പർസ്റ്റാറിന്റെ സൗന്ദര്യത്തിലുള്ള അസൂയയുള്ളവനാണ് ഞാൻ എന്നു പറഞ്ഞതിനു മറുപടിയായിട്ട്. വിഗ്ഗു പുറത്തുചാടിയാൽ ഒരു നാണക്കേടുമില്ല. സൂപ്പർസ്റ്റാറിനില്ലാത്ത നാണക്കേടാണ് എം ജി എസ് അഭിനയിച്ചുണ്ടാക്കുന്നത്.

ഞാൻ ഒരുപാട് നാണക്കേട് മാന്യന്മാർക്കുണ്ടാക്കുന്നതിൽ സന്തോഷം കണ്ടെത്തുന്ന ഒരു ശപ്തജീവിയാണ്.

ഇതിനിടെ ഒരു യുവകഥാകൃത്ത് എന്റെ പ്രസംഗം 'ചന്തപ്രസംഗം' ആണെന്ന് പറഞ്ഞു. എം ജി എസ് എന്റെ പ്രസംഗം ജനങ്ങളെ ചിരിപ്പിക്കുകയും ചിന്തിപ്പിക്കുകയും ചെയ്യുന്നുവെന്ന് പ്രശംസിക്കുകയാണുണ്ടായത്. ഒരു യൂണിവേഴ്സിറ്റിയിൽ പ്രൊഫസറും പ്രൊവൈസ് ചാൻസലറുമായിരുന്ന ഒരാൾ ചന്തപ്രസംഗം ചെയ്യുന്നത് നാണക്കേടല്ലേ? ഈ യുവസാഹിത്യകാരനു കേരളം അറിയില്ല. കൂട്ടുകുടുംബത്തിൽ ചിലർ അറിയുമായിരിക്കും. കേരളത്തിൽ ചന്തയിൽ ഒരുപാട് ജനങ്ങളുണ്ട്. അവരോട് സംസാരിക്കുന്നതിൽ വിദഗ്ദ്ധനാണ് ഞാൻ. ടാഗോർ പറഞ്ഞത്, അവരോട് സംസാരിക്കാനാണ്. നാണക്കേട് തോന്നുന്നവർ, ആശാൻ പാടിയതുപോലെ വെയിലുകൊള്ളുന്നതാണ് നല്ലത്. വാദപ്രതിവാദത്തിൽ നിന്ന് സത്യം അല്പമെങ്കിലും പുറത്തു വരും. ഇല്ലെന്ന് വാദിക്കുന്നത്

ഭോഷ്കാണ്. ശങ്കരാചാര്യരുടെ ജീവിതം മുഴുവൻ വിവാദമായിരുന്നു. ആചാര്യനും കുമാരി ലഭട്ടനും തമ്മിൽ തർക്കത്തിൽ പറഞ്ഞ കടുംവാക്കുകൾ അതികഠിനങ്ങളാണ്. ഇന്ത്യൻ സ്ത്രീകളെ അപമാനിച്ചെഴുതിയ മിസ് മേയോവിന്റെ *മദർ ഇന്ത്യ*യെ അഴുക്കുചാൽ ഇൻസ്പെക്ടറുടെ റിപ്പോർട്ട്, എന്നു മഹാത്മാവ് പറഞ്ഞത് സംസ്കാരപൂർണ്ണമല്ലെന്ന് വാദിക്കാം. മേയോ മദാമ്മയോട് പറയേണ്ടത് പറഞ്ഞതിന് ഇന്ത്യക്കാരെല്ലാം ഗാന്ധിജിയെ അനുമോദിച്ചതിൽ നാണക്കേട് തോന്നിയവർ ആരുമില്ലായിരുന്നു. ഏറെക്കാലമായി നിഗൂഢമായി നടന്നുവരുന്ന സംഘടിതമായ അഴിമതിയും ധനസമ്പാദനവൈകൃതങ്ങളും സിനിമാലോകത്തെ അധോലോകത്തിൽ എത്തിക്കുന്നുണ്ടെന്ന് ഒട്ടുമിക്കവരും അറിഞ്ഞു. ആരും പുറത്ത് പറയില്ല. ബന്ധപ്പെട്ടവർ പ്രബലരും പ്രശസ്തരുമായ താരങ്ങളും മറ്റുമായാൽ അനീതി കാണുന്ന കണ്ണുകൾ കുറയും. തിലകനെ ഇംഗ്ലീഷ് സിനിമയിൽ നിന്ന് പുറത്താക്കിയത് സംഘടനയുടെ ഭീഷണി കൊണ്ടാണെന്ന് വ്യക്തമാണല്ലോ.

പറയാൻ കൊള്ളാത്ത ലൈംഗികാപവാദങ്ങളും കുറവല്ല. ഏതാണ് നാണക്കേട്- ഇവയൊക്കെ നിലനില്ക്കുന്നതോ, അല്ല ഇവയെപ്പറ്റി എതിർത്തു പറയുന്നതോ?

ഇവ നിലനിന്നാൽ നാണക്കേടില്ലെന്നും ഇവയെ എതിർക്കുന്നത് സാംസ്കാരികാധഃപതനമാണെന്നും കരുതുന്ന പുറംമാന്യന്മാരുടെ കാലവും കുലവും ബാക്കിനില്ക്കുന്നുവെന്ന് കണ്ട് മനസ്സ് അസ്വസ്ഥമാകുന്നു. സുകുമാർ അഴിക്കോട് ഈ തർക്കത്തിൽ ഇടപെടേണ്ടിയിരുന്നില്ലെന്ന് ബഹുമാന്യമായ ജസ്റ്റിസ് വി ആർ കൃഷ്ണയ്യർ ഗുണദോഷിക്കുകയും ചെയ്തു. ഞാനത് ചെവിക്കൊണ്ടില്ല. ഈ അവിനീതത്വം ഏവരും പൊറുക്കണം. കാരണം ഞാൻ പഠിച്ച *വേദങ്ങളും ഉപനിഷത്തുകളും ഗീതയും ബൈബിളും ഖുറാനും നാരായണീയവും* എന്നെ ധരിപ്പിച്ചത് മനുഷ്യനോട് അനീതി കൂട്ടുന്നത് ജീവനുണ്ടെങ്കിൽ എതിർക്കണം എന്നാണ്. വാഗ്ഭടാനന്ദൻ എന്റെ കൗമാരത്തിൽ “ക്ഷണമെഴുന്നേല്പിൻ, അനീതിയോടെതിർപ്പിൻ” എന്ന് പ്രബോധിപ്പിച്ച വാക്യം എന്റെ മനസ്സിലെ മായാത്ത ശിലാശാസനമാണ്. മാന്യതയുടെ നാണം എന്ന മുഖാവരണമല്ല, ആത്മാവിന്റെ സത്യം എന്ന വർണ്ണശോഭയാണ് ഞാൻ കാംക്ഷിക്കുന്നത്.

തത്ത്വമസി എഴുതിയ അഴീക്കോട് ഈ അഴുക്കുവെള്ളത്തിൽ ഇറങ്ങരുതായിരുന്നു എന്ന വാദക്കാരെ ഞാൻ നേരിടും. *തത്ത്വമസി* എഴുതിയതുകൊണ്ടാണ് ഞാൻ ഈ ചെളിയിൽ ഇറങ്ങിയത്. കുളത്തിലെ ചെളികളയണമെങ്കിൽ അറച്ച് നിന്നാൽ പോരാ. മാന്യമാർ അറച്ചുനിന്ന് ഞങ്ങൾക്ക് ചെളി പുരണ്ടത് കണ്ട് പൊട്ടിച്ചിരിക്കുന്നു. പക്ഷേ, കുളത്തിൽ ശുദ്ധജലം ഉണ്ടായി ജനങ്ങൾ അത് ഉപയോഗിക്കുമ്പോൾ ചെളി കളയാൻ വസ്ത്രം അഴുക്കാക്കിയവർ ഒടുവിൽ ഒരു ചിരി ചിരിക്കും. ദൈവ

ത്തിന്റെ സഹതാപാർദ്രമായ ചിരി! കൊള്ളരുതായ്മ ചൂണ്ടിക്കാണിക്കാതെ മാറിനിന്നവരുടെ നാണക്കേട് മറയ്ക്കാൻ, ചൂണ്ടിക്കാണിച്ചവർ നാണക്കേടുണ്ടാക്കി എന്നു പറയുക മാത്രമാണ് പ്രതിവിധി. തിലകന് നഷ്ടപരിഹാരം ലഭിച്ചെന്നറിഞ്ഞപ്പോൾ ആ സാത്വികഹാസം ഞങ്ങളെപ്പോലുള്ളവരുടെ മുഖത്ത് പരന്നു.

2010 മാർച്ച്